காஹா சத்தசஈ

தெரிந்தெடுக்கப்பட்ட பிராகிருத மொழிக் கவிதைகள்
அறிமுகமும் மொழிபெயர்ப்பும்

மொழியாக்கம்

சுந்தர் காளி
பரிமளம் சுந்தர்

அன்னம்

முதற்பதிப்பு : 2018
இரண்டாம்பதிப்பு : 2019
மூன்றாம் பதிப்பு : 2023

© ஆசிரியர்களுக்கு

வெளியீடு :
அன்னம்
மனை எண்–1, நிர்மலா நகர்,
தஞ்சாவூர் – 613 007

அட்டை மற்றும் நூல் வடிவமைப்பு: மதுரை பாபு
உள் ஓவியங்கள்: மதுரை பாபு
அட்டைப் புகைப்படங்கள்: ஆர்.கே.கே.ராஜராஜன்
அட்டைப் புகைப்படங்கள் பற்றிய குறிப்பு: சு.கண்ணன்
கணினி அச்சு: பி.கி.ராம்குமார்
விலை: **ரூ. 100/-**

ISBN : 978938034288-7

தொ.ப.வுக்கு

நன்றியுரை

காந்திகிராம கிராமிய நிகர்நிலைப் பல்கலைக்கழகத்தில் முதன்முதலில் சத்தசஈயிலிருந்து இருபது பாடல்களை வடமொழி இலக்கிய வரலாறு என்கிற பாடநெறியைப் படித்த மாணவர் களுக்கென மொழிபெயர்த்தோம். ஏறத்தாழப் பத்தாண்டுகள் அந்தப் பாடல்களைப் படித்து ரசித்த மாணவர்களுக்கு முதலில் எங்கள் நன்றிகள். மற்றும் பல்வேறு வகைகளில் இந்நூல் உருவாவதற்குத் துணைநின்ற பொ.வேல்சாமி, ம.பெ.சீனிவாசன், ந.முத்துமோகன், மணிகண்டன், முகம்மது சஃபி, ரெங்கையா முருகன், சாமுவேல் சுதானந்தா, கூடு இதழில் இப்பாடல்களில் சில வெளிவர உதவிய பெருமாள்முருகன், காமராசன், மகேந்திரன், இவற்றை ரசித்து விமர்சித்துப் பாராட்டி மகிழ்ந்த சமயவேல், ந.ஜயபாஸ்கரன், பெருந்தேவி, கிறிஸ்டி ஃபெமிலா, இந்நூலைக் கணினி-அச்சிடுவதில் துணைநின்ற ராம்குமார், க.கார்த்திகா, பொராஜா, கிறிஸ்டோபர், சி.சுந்தர், பசுமைநடை முத்துக்கிருஷ்ணன், அட்டையில் காணும் புகைப்படங்களை எடுத்துதவிய தம்பி ஆர்.கே.கே.ராஜராஜன், அட்டைப் புகைப்படங்களைப் பற்றிய குறிப்பு ஒன்றை எழுதியுதவிய சு.கண்ணன், வழக்கம்போல் நூலையும் அட்டையையும் வடிவமைத்து அழகுசேர்த்த ஓவியர் மதுரை பாபு, நூலை அழகுற வெளியிடுகிற அன்னம் கதிர், எல்லாவற்றுக்கும் மேலாக எங்கள் பழங்குடித்தனத்தைப் புரிந்துகொண்டு கணினியிலும் இணையத்திலும் கேட்டபோதெல்லாம் உதவிபுரிந்த எங்கள் அருமை மகன்கள் நீரோன் காளி - காரோன் காளி ஆகிய அனைவருக்கும் எங்கள் உளமார்ந்த நன்றிகள்.

அட்டைப் புகைப்படங்கள் பற்றியொரு குறிப்பு

வைதிக சமயத்தில் அழித்தல் தொழிலைச் செய்யும் தெய்வமாகக் கருதப்படுகிற சிவனின் அருள்பாலிக்கும் வடிவங்களில் ஒன்றான கங்காதர மூர்த்தியின் (சிவன் கங்கை நதியைத் தன் தலைமுடியில் தாங்கி, தரித்துக் கொள்ளும் வடிவம்) எழிலார்ந்த கற்சிற்பமொன்று புதுக்கோட்டை மாவட்டம் கொடும்பாளூரிலுள்ள மூவர்கோயில் வளாகத்தில் தென்புறக் கோயிலின் விமானத்தின் வடபுறக் கிரீவக் கோட்டத்திலுள்ளது. இக்கோயில் கொடும்பாளூரைத் தலைமையிடமாகக் கொண்டு அதனைச் சுற்றியுள்ள பகுதிகளை ஆட்சிபுரிந்த இருக்குவேளிர் என்ற சிற்றரச மரபைச் சார்ந்த மன்னன் பூதி விக்கிரமகேசரியால் பொது ஆண்டு பத்தாம் நூற்றாண்டில் கட்டப்பட்டதாகும்.

வடமொழி இதிகாச-புராண இலக்கியங்கள் சிவன் கங்கை நதியைத் தன் தலைமுடியில் தரித்துக்கொண்ட தொன்மக் கதையைப் பலவாறு கூறுகின்றன. இவ்விலக்கியங்கள் பகீரதன் என்னும் அரசன் ஆகாயத்தில் பாய்ந்த கங்கைநதியை நோக்கிக் கடுந்தவம் புரிந்து அதனைப் பூவலகிற்குப் பாயச்செய்யும் வரத்தினைப் பெற்றதையும், ஆனால் கங்கைநதி தான் ஆகாயத்திலிருந்து நேரடியாகப் பூமியில் வீழ்ந்தால் பூவுலகம் அழிந்துவிடும் என்று பகீரதனிடம் கூறி அதற்கான பாதுகாப்பு ஏற்பாட்டைச் செய்யக் கூறியதையும், இதனால் பகீரதன் இரண்டாவது முறையாகச் சிவனை நோக்கி தவம் புரிந்து ஆகாயத்திலிருந்து பாய்ந்துவரும் கங்கையைச் சிவன் தன் தலைமுடியில் தாங்கிக் கொள்ள வேண்டும் என்ற வரத்தைப் பெற்றதையும் குறிப்பிடுகின்றன. தமிழ்ச் சமய இலக்கியமான தேவாரப் பாடல்கள் சிவனின் இயல்புகளைப் பற்றிக் குறிப்பிடும்போது அவன் கங்கை நதியைத் தன் சடைமுடியில் தரித்த தொன்மத்தைச் சுட்டிக்காட்டுகின்றன. தேவாரப் பாடல்களில் சிவனின் கங்காதர வடிவம் புனல் அண்ணல், கங்கை நாயகன், புனலுடைய வான் இறை, புனல் வைத்த பெருமான், கங்கையணி நாயகன், கங்கை கொண்டவன், கங்கை ஏற்றான், கங்கைசூடி, கங்கைசேர் சடையான் எனப் பலவாறாகக் குறிப்பிடப்படுகிறது.

இந்தியாவில் சிவன் கங்கை நதியைத் தாங்கும் அல்லது அதனைத் தன்னுடைய சடைமுடியில் தரிக்கும்/ஏற்கும் காட்சியைச் சித்திரிக்கும் தொன்மையான சிற்பவடிவங்கள் எலிபெண்டா, அய்ஹோல், திருச்சி, மகாபலிபுரம், காஞ்சிபுரம், கொடும்பாளூர், திருவாலீஸ்வரம், பாப்பான்குளம், தஞ்சாவூர், கங்கைகொண்ட சோழபுரம் உள்ளிட்ட பல்வேறு இடங்களில் காணப்படுகின்றன. இவற்றில் கொடும்பாளூர் மூவர்கோயிலிலுள்ள கங்காதரரின் சிற்பம் இடைக்காலத் தமிழகத்தின், குறிப்பாக இருக்குவேளிர் காலத் தமிழகப் படிமக்கலையின் மேன்மையையும் நேர்த்தியையும் காட்டுகின்றது. இச்சிற்பத்தில் சிவன் நான்கு கரங்களுடன் உடலில் ஒரு வளைவு பெற்று (ஆபங்கம்) நின்ற நிலையில் காட்சி தருகிறார். இவரின் இடதுகால் இடதுமேல் கரத்தில் கங்கையின் பாரத்தைத் தாங்குவதற்கேற்பச் சற்று மடக்கியவாறு இயல்பாகக் காட்டப் பட்டுள்ளது. சிவன் நன்கு அலங்கரிக்கப்பட்ட உயரமான கூம்பு வடிவ சடாமகுடம், மகர-பத்ர குண்டலங்கள், ஆரம், முப்புரிநூல், கைவளை, காப்பு, மேகலை முதலிய அணிகலன்களையும், தொடைவரை அணியப்பட்டுள்ள சிறு கீழாடையையும் அணிந்துள்ளார். கங்காதரரின் மேலிரு கரங்களில் வலது பிறைவடிவக் கையமைதியில் (அர்த்தசந்திர முத்திரை) கங்கை நதியைத் தாங்கும்வண்ணம் காட்டப்பட்டுள்ளது. ஆனால் வழக்கமாகப் பார்வதியைச் சாந்தப்படுத்தும் வகையில் அமைக்கப் பட்டிருக்கும் கங்காதரரின் மேல் இடது கரம் சிற்பவெளியை விட்டு விலகி வருவதாலும், அதனின் ஒரு பகுதி பார்வதியின் உருவத்தால் மறைக்கப்படுவதாலும் இங்கு காட்டப்படவில்லை. சிவனின் கீழிரு கரங்களில் வலதுகரம் கத்திரி கையமைதியில் (கத்திரி முத்திரை) நீண்ட மழுவை உடலோடு ஒட்டித் தாங்கியவாறும், இடது கரம் தொடையின் மீது வைத்தவாறும் காட்டப்பட்டுள்ளன. கங்காதரரின் சிற்பத்தில் சிவனின் இடதுபுறம் இரண்டு கரங்களுடன் பார்வதி தன்னைத்தவிர மற்றொரு பெண்ணான கங்கை நதியைச் சிவன் தாங்கித் தன் தலையில் சூட இருப்பதால் அவருடன் ஊடல் கொண்டு கோபமுற்று அவரைவிட்டுச் சற்று விலகி இடதுபுறம் திரும்பி முக்கால்பாகம் பக்கவாட்டுக் கோணத்தில் நின்றவாறு சித்திரிக்கப்பட்டுள்ளார். பார்வதி கரண்ட மகுடம், பூக் குண்டலங்கள், ஆரம், கைவளை, காப்பு, மேகலை ஆகிய அணிகலன்களை அணிந்துள்ளார். பார்வதியின் இரண்டு கரங்களில் இடது சிவனின் படிமத்தைப் போன்று காட்டப் படவில்லை. இவரின் வலது கரம் மடக்கி உடம்போடு ஒட்டி வைத்தவாறு அமைக்கப்பட்டுள்ளது. பார்வதியின் பக்கவாட்டு உடலமைப்பு, வலதுகால் மற்றும்

வலது கையமைப்பு ஆகிய சிற்பவியல் கூறுகள் பார்வதி கோபமுற்றுச் சிவனைவிட்டு விலகி நடந்து செல்வதைப் போன்ற உணர்வைச் சிற்பத்தை நுட்பமாகக் காண்போர்க்கு அளிக்கின்றன. கங்காதரமூர்த்தி சிற்பத்தில் சிவனின் மடக்கிய வலது காலருகே கொண்டையிட்ட சடைமுடி மற்றும் தாடியுடன் உள்ள உருவமொன்று செதுக்கப்பட்டுள்ளது. விலா எலும்புகள் தெளிவாகத் தெரியும்வண்ணம் மெலிந்த தேகத்துடன் இருகரங்களையும் தலைக்கு மேலே தூக்கிச் சிவனைத் தொழும் இவ்வுருவத்தைப் பகீரதன் என எளிதில் அடையாளம் காணலாம்.

கங்காதரரின் நீள்வட்ட வடிவ முகம், உயர்ந்த கூம்பு வடிவச் சடைமகுடம், நெடிய உடலமைப்பு, கனத்த அணிகலன்கள், பார்வதியின் வட்டவடிவ முகம், அளவான வேலைப்பாடுகளையுடைய சிவன்-பார்வதியின் அணிகலன்கள், சிங்கமுகமற்ற மேகலை ஆகிய சிற்பவியல் தன்மைகள் பொது ஆண்டு பத்தாம் நூற்றாண்டின் துவக்கக்காலச் சிற்பப்பாணியை நன்கு வெளிப்படுத்துகின்றன. சிவனின் உள்ளார்ந்த சிறுபுன்னகை தவழும் முகமும், பார்வதியின் ஊடல் கொண்ட கோப முகமும், பார்வதி சிவனைவிட்டு விலகி நடந்து செல்வதைப் போன்ற பாங்கும் இச்சிற்பத்திற்கு ஒரு நாடக உணர்வைத் தருகின்றன.

சு. கண்ணன்

நூல் அறிமுகம்

காதா சப்தசதி என்று சமஸ்கிருதத்தில் அழைக்கப்படும் காஹா சத்தசஈ மகாராஷ்டிரீ பிராகிருதத்தில் அமைந்த ஓர் அகப்பாடல் தொகை நூலாகும். இந்நூலைத் தொகுத்தவன் ஹால என்கிற சாதவாகன குலத்து மன்னனாவான். சமஸ்கிருத்தில் ஆர்யா என்று அழைக்கப்படும் ஒருவகைப் பா பிராகிருதத்தில் காஹா எனப்பட்டது. இந்தியாவில் முற்காலத்தில் பல்வேறு பிராகிருதக் கிளைமொழிகள் வழங்கிவந்தன. காஹா சத்தசஈயில் காணும் மகாராஷ்டிரீ பிராகிருதம் அவற்றில் ஒன்று. தன்னுடைய காஹா ஒன்றில் ஒரு கோடி காஹாக்களில் தான் எழுநூற்றை மட்டும் தொகுத்ததாக ஹால குறிப்பிடுகிறான். இக்கவிதையில் வரும் ஒரு சொல் உண்மையில் ஹாலவே இக்கவிதைகளை இயற்றினான் என்பதைச் சுட்டுகிறது. இதனால் அறிஞர்களில் ஒரு பிரிவினர் இது ஒரு தொகைநூலே அல்லவென்றும், ஹாலவே புதியனவாய் எழுதிய கவிதைகளும், பிறர் எழுதிய பழைய பாடல்களை அவன் செம்மைப்படுத்தி அவனுடையனவாய் அமைத்த கவிதைகளும் அடங்கிய நூல் என்றும் கருதுகின்றனர். மேலும், இந்நூலின் எல்லாப் புலவடிவங்களிலும் (recensions) 430 பாடல்களே காணப்படுவதால் மற்றவை இடைச்செருகல் என்றும் கருதுகின்றனர். மற்றொரு சாராரோ ஹால எழுதியவை 44 பாடல்களே என்றும், பிறரால் எழுதப்பட்ட மற்ற பாடல்களும் சேர்ந்து இது ஒரு தொகைநூலே என்றும் கருதுகின்றனர்.[1] வடமொழி நூல்கள் பலவற்றில் ஹாலவின் பெயர் இடம்பெறுகிறது. புராணங்களில் ஆந்திர நாட்டை ஆண்ட பதினேழாவது அரசன் அவன் என்றும், அவன் ஐந்தாண்டுகள் ஆட்சி செய்தான் என்றும் குறிக்கப்படுகிறது. காஹா சத்தசஈயில் வடஇந்தியா பற்றி அதிகம் பேச்சில்லை. இமயமலையும், கங்கை ஆறும் குறிப்பிடப் படவில்லை. ஆனால் விந்திய மலைத்தொடர் மீண்டும்மீண்டும் குறிப்பிடப்படுகிறது. கோதாவரியும், நர்மதையும், தப்தியும் குறிப்பிடப்படுகின்றன. இதனால் இந்நூல் ஆந்திர-மகாராஷ்டிரப் பகுதியில் தோன்றியது வெளிப்படை. கி.பி. 200க்கும் 450க்கும் இடையில் இந்நூல் தோன்றியிருக்க வேண்டும் என்று வடமொழி இலக்கிய வரலாறு எழுதிய கீத் கருதுகிறார். கொரோஷே மற்றும் டீக்கன் கி.பி. மூன்றாம் நூற்றாண்டுக்கும் ஏழாம்

நூற்றாண்டுக்கும் இடையில் இது தொகுக்கப்பட்டிருத்தல் வேண்டு மெனக் கருதுகின்றனர்.

கிராம வாழ்க்கையையும், சாதாரண மனிதர்களையும் சித்திரிக்கும் இக்கவிதைகளில் பெரிய நகரங்களையும் பிராமணர் களையும் பற்றிக் குறிப்பில்லை. அரசர்களைப் பற்றியும் பேச்சில்லை. இந்நூலுக்கு கங்காதர எழுதிய சமஸ்கிருத உரையே ஆகப்பழையதும் மிகச்சிறந்ததுமாகும். பழைய உரைகள் சிலவற்றில் சில காஹாக்களின் ஆசிரியர்களது பெயர்கள் காணப்படுகின்றன. ஹாலவுக்கு முந்திய கவிஞர்கள் இவர்களில் இருநூற்று அறுபத்து ஒருவர். இவர்களில் அறுவர் அல்லது எழுவர் பெண்பாற்புலவர். எழுநூறு பாடல்களில் முந்நூற்றுத் தொண்ணூற்று எட்டு பாடல்களே ஆசிரியர் பெயர் தெரிந்த பாடல்கள். எழுநூறு பாடல்களும் நூறுநூறு பாடல்களைக் கொண்ட ஏழு பிரிவுகளாக வகுக்கப்பட்டுள்ளன. ஆறாவது நூற்றில் உள்ள பாடல்களில் எதற்கும் ஆசிரியர் பெயர் தெரியவில்லை. ஏழாவது நூற்றிலும் ஓரிரு பாடல்களுக்கே ஆசிரியர் பெயர் தெரிகிறது.

காஹா சத்தசஈயில் இடம்பெற்றுள்ள பிராகிருதப் பாடல்கள் சங்க இலக்கிய அகப்பாடல்களால் தாக்கமுற்றவை என்பது அறிஞர்கள் பலராலும் இன்று ஒப்புக்கொள்ளப்படுகிறது. ஜார்ஜ் ஹார்ட் தன்னுடைய The Poems of Ancient Tamil: Their Milieu and Their Sanskrit Counterparts என்னும் நூலில் இவ்விடயத்தை விரிவாக ஆய்வுசெய்திருக்கிறார். சத்தசஈயில் காணப்படும் குறிப்புப் பொருள், அதன் யாப்பு, கவிதை மரபுகள் ஆகியவற்றை விவாதிக்கிற ஹார்ட், அதற்கும் தமிழ் அகப்பாடல்களுக்குமான ஒற்றுமை களையும், நெருங்கிய உறவுநிலைகளையும் சுட்டிக்காட்டுகிறார். சத்தசஈயில் சங்கப்பாடல்களைப்போல் குறிப்புப்பொருள் மிகுதி யாகக் காணப்பட்டபோதிலும், அதிக அளவிலான பாடல்கள் வடமொழி மரபுக்கேற்ப வருணனைத்தன்மை கொண்டவையாக அமைந்துள்ளன. குறிப்புப்பொருள் காணப்படும் சத்தசஈ பாடல்களிலும் ஒன்றுக்கொன்று நேரிணையான உறவுகளே காணப்படுகின்றன. கவிதையின் மொத்த விளைவானது வாசகர் அவ்வுறவுகளைச் சரிவர விளங்கிக்கொள்வதிலேயே தங்கி யிருக்கிறது. கவிஞர் கவிதைப்படிமமாக விளங்கும் பொருளின் ஒரு பரிமாணத்தையே இங்கு வலியுறுத்துகிறார். தமிழிலோ, குறிப்புப்பொருள் காண்பது இதைக்காட்டிலும் சிக்கலானதாகும். கவிதையின் களமும் அது சார்ந்த விவரங்களும் வாசகருக்கு ஏற்கெனவே தெரியும். கவிதையின் படிமவியலானது ஒரு படிமத்திற்குப் பயன்படும் பொருளின் பண்புகளைப் பயன்படுத்திக்

குறிப்புப்பொருளை வெளிக்கொணர்கிறது. வடமொழிக் கவிதைக்கு மாறாக, இங்கு, ஒன்றுக்கு மேற்பட்ட குறிப்புப் பொருள்கள் தோன்றுவதும் இயல்பாகும். சங்கத்தமிழில், இரண்டு பொருள்களை ஒப்பிடும்போது பல சமயங்களில் 'போல' என்கிற உவம உருபு இடம்பெறுவதில்லை. மாறாக, அவ்விரண்டு பொருள்களும் வெறுமனே எவ்விதத் தொடர்புபடுத்தலுமின்றிக் கவிதையின் வெவ்வேறு பகுதிகளில் குறிப்பிடப்படுகின்றன. வாசகரே அவற்றை உறவுபடுத்திக் காணும் வேலையைச் செய்பவர். வடமொழியில் இத்தகைய உத்தியானது பெருவழக்காயில்லை. சில சமயம் இவ்வுத்தி பயன்படுத்தப்பட்டாலும் அந்த இரண்டு பொருள்களுக் கிடையிலான தொடர்பு பொதுவாகத் தமிழைக்காட்டிலும் தெளிவாகப் புலப்படுத்தப்படுகிறது. இருந்தபோதிலும், குறிப்புப் பொருள் உத்தி கவிதையில் ஒத்துக்கொள்ளப்பட்ட, உணர்வுப் பூர்வமான ஒரு முறையாக முதன்முதலில் இடம்பெறுவது வடமொழியைப் பொறுத்தவரை சத்தசஈயிலேயேயாகும். திராவிடப் பண்பாட்டில் தோன்றி நன்கு வளர்ச்சியுற்ற குறிப்புப்பொருள் உத்தியைத் தமிழ்க் கவிஞர்களும், பிராகிருதக் கவிஞர்களும் பயன்படுத்தியபோதிலும் அவ்வுத்தியை அவர்கள் வேறுவேறு வழிகளில் கையாண்டார்கள். ஏற்கெனவே கூறியதுபோல, பிராகிருதத்தில் இவ்வுத்தி பயன்படும் கவிதைகளில் பல்வேறு கூறுகளிடையே ஒன்றுக்கொன்று நேரிணையான தொடர்பு காணப்படுகிறது. வாசகர் கவிதைப் படிமத்தின் ஒவ்வொரு பகுதியும் அதன் களத்தின் எந்தக் கூறைக் குறிக்கிறது என்பதை மிகச்சரியாகக் கண்டுணரத்தக்கவகையில் இவ்வுத்தி அமைகிறது. தமிழிலோ, மிக எளிமையான கவிதைகளில்கூட இப்படிப்பட்ட எளிய தீர்வு சாத்தியமில்லை. ஒப்பிடப்படும் இரண்டு பொருள் களுக்கிடையிலான உறவு நேரொழுங்கில் அமையாததால் குறிப்புப்பொருள் சிக்கலான தன்மை கொண்டதாகிறது.

எனவே, சத்தசஈ கவிதைகள் செவ்வியல் சமஸ்கிருத மரபுக்கு மாறாக வெகுஜனத்தன்மை கொண்டிருந்தபோதிலும், அதனால் திராவிட-தக்காணப் பண்பாட்டின் பல மரபுகளும் உத்தி முறைகளும் அவற்றில் நுழைந்திருந்தபோதிலும், சங்க இலக்கியத்தை முழுவதும் அப்படியே பின்பற்றியவை அல்ல. பல கவிதைகளில் குறிப்புப்பொருள் பயன்பட்டபோதிலும், வேறு பல வெறுமனே வருணனைத்தன்மை கொண்டவையாக மட்டுமே உள்ளன. தமிழில் காணப்படும் பல மரபுகளும், அணிகளும் வடமொழியில் முதலில் இடம்பெறுவது சத்தசஈயில்தான் என்றாலும் அது சித்திரிக்கும் சமூகமும் பண்பாடும் பலவிதங்களில் தமிழ்ப் பண்பாட்டிலிருந்து வேறுபட்டவை. எடுத்துக்காட்டாக, தமிழ் அகப்பாடல்களில்

பெண்ணின் கற்பு பெறும் உயரிய இடம் சத்தசஈயில் காணப் படவில்லை.

ஹார்ட் தமிழ்மொழிக்கும் வடமொழிக்கும் இடையிலான இலக்கண அமைப்பு வேறுபாட்டைச் சுட்டுகிறார். இதன் விளைவாக, வடமொழியில் கவிதையின் ஒவ்வொரு பகுதியினதும் இலக்கணப் பயன்பாட்டை உணர்ந்துகொண்டால் வாசகர் அதன் பொருளைச் சட்டென்று ஒரு கணத்தில் மின்வெட்டென உணரமுடியும். தமிழிலோவெனில், அவ்வாசகர் கவிதையின் பொருண்மையை உணர அதன் அடியாழத்திற்குச் செல்லவேண்டி யிருக்கிறது. அவ்வாறு செல்கையில் தமிழ் வாசகர் இயல்பாகவே கவிதையின் பல்வேறு பகுதிகளுக்கிடையிலான வெளிப்படாதிருக்கும் குறிப்புப்பொருள்களின் ஊடாட்டத்தை உணரமுடியும். எவ்வளவுக்கெவ்வளவு அதிகமாகக் கவிதைகுறித்துச் சிந்திக்கிறாரோ அவ்வளவுக்கவ்வளவு இவ்வூடாட்டத்தினால் ஏற்படும் பொருள் கோடல் வலுப்பெறும் என்கிறார் ஹார்ட். வடமொழியின் உள்ளார்ந்த இயல்பானது, வாசகர் பல்வேறு இலக்கண அமைப்புகளைத் தொடர்புபடுத்தி ஒரு முழுமையைக் காண்பாரெனில் அதன் எளிய பொருண்மை சட்டென ஒரு மின்வெட்டுப்போலத் தோன்றுமாறு கவிதையைப் படைப்பதாகும். எனவே, குறிப்புப் பொருள் இடம்பெறும் கவிதைகளிலும் உள்ளார்ந்து கிடக்கும் பொருண்மையானது இவ்வாறு சட்டெனத் தோன்றி வாசகருக்கு இன்பத்தைக் கொடுப்பதே வடமொழியின் இயல்பாகும். ஆகவே, குறிப்புப்பொருள் உத்தி தமிழிலிருந்து கடன்வாங்கப்பட்டபோது அது வடமொழிக்கேற்ப மாற்றியமைக்கப்பட்டது.

குறிப்புப்பொருள் உத்திமட்டுமின்றி சத்தசஈயின் யாப்பான ஆர்யாவும் ஒரு திராவிட மூலத்திலிருந்தே தோன்றியிருக்க வேண்டும் என்று ஹார்ட் கருதுகிறார்.[2] இந்தோ-ஆரிய மொழிகளில் சத்தசஈக்கு முன்பே தமிழோடு தொடர்புடைய, திராவிட மூலங் களிலிருந்து தோன்றிய யாப்புமுறைகள் இடம்பெற்றிருந்த போதிலும், சத்தசஈ ஆர்யா யாப்பைப் பயன்படுத்தியபிறகே அவை சமஸ்கிருதக் கவிஞர்களால் உயரிய இலக்கியங்களுக்குரிய பொருத்தமான யாப்புமுறைகளாக அங்கீகரிக்கப்பட்டன. மகாராஷ்டிரீ பிராகிருதத்தில் எழுதப்பட்ட சத்தசஈ பாடல்களின் உயரிய கவிதைப் பண்பு அவற்றுக்கு இந்த இடத்தை அளித்தது. இதனாலேயே பாஸனில் தொடங்கிச் சமஸ்கிருதக் கவிஞர்கள் பலரும் பின்னாளில் இக்கவிதை மரபைப் பின்பற்றவும் போலச்செய்யவும் முற்பட்டனர். யாப்புமுறைகள், கவிதை உத்திகள் மட்டுமல்ல, இலக்கியமரபுகளும் இவற்றில் அடங்கும்.

கவிதை மரபுகளைப் பொறுத்தவரை, சங்கப்பாடல்களிலும் சத்தசாஈயிலும் கூற்றுக்குரியோருக்கு இடையில் வேறுபாடு களுண்டு.[3] சத்தசாஈயில் செவிலித்தாய் இல்லை. அதேபோல், தமிழ்மரபில் காணும் தூதுசெல்லும் பாணனும் இல்லை. மேலும், தலைவியின் நிலையைத் தலைவனுக்கு எடுத்துரைக்கும் தோழி இரண்டு மரபுகளிலும் காணப்பட்டாலும் தமிழில் அவள் ஒரு தூதுவராகக் கருதப்படுவதில்லை. இங்கு பாணனே தூதுவனாகக் கருதப்படுகிறான். தலைவன் தலைவியைப் பரத்தையின் காரண மாகவோ, பிறிதொரு காரணத்திற்காகவோ பிரிந்துசென்ற நிலையில் இத்தூதுவன் தேவைப்படுகிறான். மேலும், தமிழ்மரபில் பரத்தை பெறும் இடத்தைச் சத்தசாஈயில் தலைவியின் சக்களத்திகள் பெறுகின்றனர். இதுமட்டுமின்றி, பிற ஆடவர்களை நாடும் குடும்பப் பெண்களும் அடையாளமற்ற பொதுமகளிரும் சத்தசாஈயில் பரவலாகக் காணப்படுவதுபோல் தமிழில் இல்லை.

சங்கப்பாடல்களுக்கும் சத்தசாஈக்கும் உள்ள நெருங்கிய உறவுகளைத் தொட்டுக்காட்டுகிற ஹார்ட், அவை இரண்டுமே ஒரே மூலத்திலிருந்து தோன்றியவை என்ற முடிவுக்குவருகிறார். சத்தசாஈ நேரடியாகத் தமிழிலிருந்து கடன்பெற்றிருக்குமெனில், அவை அதிலுள்ள வடிவத்திற்கு உருமாற ஒரு கால இடைவெளி இருந்திருக்கவேண்டும் என்கிறார். ஆனால், சங்கக் கவிதைகளின் காலத்தைக் கி.பி. முதலிரண்டு நூற்றாண்டுகள் என்று கொள்ளுகிற அவர், அத்தகைய உருமாற்றத்திற்கான கால இடைவெளி போது மானதாய் இல்லை என்றும், அதனால் இவ்விரு மரபுகளுமே ஒரு மூலத்திராவிட மரபிலிருந்து கிளைத்திருக்கவேண்டும் என்றும் முடிவுசெய்கிறார்.[4] சங்ககாலத்தையும், சங்க இலக்கியத்தின் காலத்தையும் கணிப்பதில் கடந்த சில பத்தாண்டுகளில் ஏற்பட்டுள்ள மாற்றங்களை அவர் கணக்கில் கொள்ளவில்லை என்பது 1999இல் வெளிவந்த அவரது நூலுக்கு அவர் எழுதிய முகவுரையாலும் புலனாகிறது.[5] சங்கப்பாடல்களின் மேலெல்லை கி.மு.300 என்பது இன்று ஆய்வாளர்களில் பெரும்பாலோரால் ஏற்றுக்கொள்ளப் பட்டுள்ளது. புறநானூற்றிலும் ஏனைய தொகைநூல்களிலும் உள்ள சில பழைய பாடல்கள் அதற்கும் முற்பட்டனவாதல் வேண்டும் என்று ஆய்வாளர்கள் பலரும் இன்று கருதும் நிலையில், ஹார்ட் கூறுவதுபோல, சத்தசாஈயும் சங்கப்பாடல்களும் ஒரே திராவிட மூலத்திலிருந்து தோன்றிக் கிளைத்தவை என்று கருதுவதைவிடவும் சத்தசாஈ நேரடியாகவே சங்கப்பாடல்களின் தாக்கத்திற்கு உட்பட்டிருந்தது என்று கொள்ளுவதில் தவறில்லை.[6]

சங்கப்பாடல்களுக்கும் சத்தசாஈ பாடல்களுக்குமான நெருங்கிய உறவைச் சுட்டிக்காட்ட மூன்று சங்கப்பாடல்களைக்

கீழே தருகிறேன். மொழிபெயர்ப்பிலுள்ள முதற்பாடலை பின்வரும் குறுந்தொகைப் பாடலோடு ஒப்பிடலாம்:

காதலர் உழையர் ஆகப் பெரிது உவந்து,
சாறுகொள் ஊரின் புகல்வேன் மன்ற;
அத்தம் நண்ணிய அம்குடிச் சீறூர்
மக்கள் போகிய அணில் ஆடு முன்றில்
புலப்பில் போலப் புல்லென்று
அலப்பென் தோழி! - அவர் அகன்ற ஞான்றே.

(தோழி, காதலர் நம் பக்கத்தில் உள்ளபோது, மிகவும் மகிழ்ச்சியுற்று, விழாக்கொண்ட பேரூர் போல மிகவும் விருப்பத்தை யுடையவளாக விளங்குவேன். பாலை நிலத்தில் காணப்படும் அழகிய குடிகளையுடைய சிற்றூரில், உறைவோர் அனைவரும் அவ்வூரைவிட்டு நீங்கிச் சென்றபோது ஆங்குள்ள, அணில் விளையாடும் முற்றத்தையுடைய தனிமை பொருந்திய வீட்டினைப் போல, அவர் என்னைப் பிரிந்த அன்றே பொலிவிழந்து வருந்துவேன்.)

மொழிபெயர்க்கப்பட்ட 125ஆம் பாடலைக் கீழ்வரும் குறுந்தொகைப் பாடலுடன் ஒப்பிட்டால் இருவேறு மரபுகளின் ஒற்றுமைகள் மற்றுமின்றி வேற்றுமைகளும் தெரியவரும்:

முளிதயிர் பிசைந்த காந்தள் மெல்விரல்,
கழுவுறு கலிங்கம், கழாஅது, உடீஇ,
தான்துழந்து அட்ட தீம்புளிப் பாகர்
'இனிது' எனக் கணவன் உண்டலின்
நுண்ணிதின் மகிழ்ந்தன்று ஒண்ணுதல் முகனே.

(உறை ஊற்றிப் பெற்ற முற்றிய தயிரை, காந்தள் மலரைப் போன்ற மெல்லிய விரல்களால் பிசைந்து, குவளையைப் போன்ற மையுண்ட கண்களில் தாளிப்பினது புகை நெருங்கிப்படர இனிய புளிப்புச் சுவையுடைய குழம்பினைத் தலைவி, தானே துழாவிச் சமைத்தனள். அழுக்குற்ற அவ்விரல்களைத் தான் உடுத்தியிருந்த துவைத்த ஆடையில் துடைத்தனள். அதனால் அழுக்கேறிய அவ்வுடையைத் துவையாமல் உடுத்திக் கொண்டனள். தான், சமைத்த உணவினைக் கணவன் உண்ணுகையில், 'இனிது' என்று புகழ்ந்து கூறிய அளவில், ஒளிபொருந்திய நெற்றியையுடைய அவள் முகம் நுண்ணியதாக மகிழ்ந்தது.)

அடுத்ததாக, ஒன்பதாம் எண்ணுள்ள பாடலைப் பின்வரும் கலித்தொகைப் பாடலோடு ஒப்பிடலாம்:

சுடர்த்தொடீஇ, கேளாய்! - தெருவில் நாம் ஆடும்
மணற்சிற்றில் காலின் சிதையா, அடைச்சிய
கோதை பரிந்து, வரிப்பந்து கொண்டு ஓடி,
நோதக்க செய்யும் சிறுபட்டி, மேல்ஓர் நாள்,
அன்னையும் யானும் இருந்தேமா, 'இல்லீரே!
உண்ணுநீர் வேட்டேன்' என வந்தாற்கு, அன்னை,
'அடர் பொற் சிரகத்தால் வாக்கி, சுடரிழாய்!
உண்ணு நீர் ஊட்டிவா' என்றாள்; என, யானும்
தன்னை அறியாது சென்றேன்; மற்று என்னை
வளைமுன் கைபற்றி நலிய, தெருமந்திட்டு,
'அன்னாய்! இவன் ஒருவன் செய்தது காண்' என்றேனா,
அன்னை அலறிப் படர்தர, தன்னை யான்,
'உண்ணுநீர் விக்கினான்' என்றேனா, அன்னையும்
தன்னைப் புறம்பு அழித்து நீவ, மற்று என்னைக்
கடைக்கண்ணால் கொல்வான்போல் நோக்கி, நகைக்கூட்டம்
செய்தான், அக்கள்வன் மகன்.

(ஒளிபொருந்திய வளையினை உடையாய், ஈதொன்றைக் கேளாய்! தெருவிடத்தே நாம் சிற்றில் இழைத்து உணவு சமைத்து விளையாடும்போது, மணலாற் செய்த சிற்றிலைக் காலால் சிதைத்தும், கூந்தலிலே சூட்டிய மாலையை அறுத்தும், வரியினை உடைய பந்தை எடுத்துக்கொண்டு ஓடியும் நாம் நோவத்தக்க செயல்களைச் செய்தனன் சிறியனாகிய காவலின்றி வளர்ந்தவன்.

முன்னர் ஒருநாள் அன்னையும் யானும் வீட்டில் இருந்தோம்; அப்பொழுது, இல்லத்தோரே, உண்ணும் நீர் விரும்பிவந்துள்ளேன் எனச் சொல்லி வந்தான். அன்னையும் சுடரிழாய், பொன்னாற் செய்த கரகத்தால் உண்ணுதற்கான நீரைவார்த்து, நீர் உண்ணச் செய்து வருவாய் என்று சொன்னாள். யானும் சிறுபட்டியாகிய அவன் என்று அறியாதே சென்றேன்; நீர் உண்பிக்கச் சென்றபோது அவன் என்னுடைய வளையலணிந்த முன்கையைப் பிடித்து என்னை நலிவித்தனன்; யான் மருண்டு, 'அன்னாய் இவன் ஒருவன் செய்த ஒரு செயலைப் பாராய்' என்றேன்; தாயும் அலறித்துடித்து வந்தனள்; அவன் செய்ததை மறைத்து, யான் உண்ணுநீர் விக்கி வருந்தினன் என்று பொய்கூறினேன்; தாயும் அவன்தன் முதுகைப் பலகால் அழித்தழித்துத் தடவினள்; பின்னர், என்னைக் கடைக் கண்ணால் கொல்வான்போலே பார்த்துத் தன் மனமகிழ்ச்சியைத் தரும் கூட்டத்தை அக்கள்வனாகிய மகன் செய்தான். இது காண் நிகழ்ந்தது என்று தலைவி, தோழியிடத்துக் கூறினள்.)

மேலே காட்டிய சங்கப்பாடல்களின்வழிச் சங்க இலக்கியங் களுக்கும் சத்தசஈக்கும் உள்ள நெருங்கிய உறவு தெற்றெனப் புலனாகிறது. ஆயினும், அவற்றுக்கிடையிலான கவித்துவமரபு சார்ந்த வேறுபாடுகளும் காணப்படுகின்றன. எடுத்துக்காட்டாக, மூன்றாவதாகக் காட்டிய கலித்தொகைப் பாடலில் சங்கப் பாடல் மரபுக்கேற்ப ஒருவிதக் காதற்சூழல் நாடகீயப்படுத்தப் படுகிறது. சத்தசஈ பாடலில் தலைவனும் தலைவியும் கறாரான அடையாளம் ஏதும் அற்றவர்கள். அவர்கள் சந்திப்பது ஏதோ ஒரு வனாந்தரத்தில் ஒரு தண்ணீர்ப்பந்தலில். கலித்தொகை யிலோ, தலைவனும் தலைவியும் ஓர் ஊரில், தலைவியின் வீட்டில் சந்திக்கின்றனர். அதுமட்டுமின்றி, தலைவி கூற்றாக உள்ள இப்பாடலில், தலைவன் ஏற்கெனவே அவளுக்கு அறிமுகமானவன். தலைவியின் வீட்டில் அவளது தாயுமிருக்கிறாள். அவளுக்குப் பாதுகாவலென விளங்கும் இத்தாய் ஒருவிதத்தில் சுற்றியுள்ள சமூகத்தின் குறியாவாள். சத்தசஈ பாடலோவெனில், ஏதோவொரு வனாந்தரத்தில் கட்டற்றுப் பெருகும் காமத்தை மிக வெளிப்படை யாகத் தெரிவிக்கிறது.

இந்த மொழிபெயர்ப்புக்குமுன் ஏற்கெனவே தமிழில் சத்தசஈ பாடல்கள் மூன்று முறை மொழிபெயர்க்கப்பட்டுள்ளன. முதலில் த.நா.குமாரஸ்வாமி சில பாடல்களை மொழிபெயர்த்தார். இரா.மதிவாணன் 1978இல் ஆந்திரநாட்டு அகநானூறு என்ற பெயரில் ஒரு மொழிபெயர்ப்பை வெளியிட்டுள்ளார். அவருக்குப் பிறகு 1981இல் மு.கு.ஜகந்நாத ராஜா காதா சப்தசதி என்றொரு நூலை வெளியிட்டுள்ளார். இவற்றில் ஜகந்நாத ராஜாவின் மொழிபெயர்ப்பு அகவற்பாவில் அமைந்தது.

குறிப்புகள்

1. 1881இல் பதினேழு சுவடிகளை அடிப்படையாகக் கொண்டு அல்பிரெக்ஷ்ட் வெபர் பதிப்பித்த முதல் அச்சுப் பதிப்பில் 964 பாடல்கள் காணப்படுகின்றன. மேலும், வெவ்வேறு புலவடிவங்களில் பாடல்களின் வரிசைமுறை மாறிக் காணப்படுகிறது. தொடக்கத்தில் பாடல்களின் உள்ளடக்கத்தைக் கொண்டு அவற்றை வகைப்படுத்துவதும் வரிசைப்படுத்துவதும் இல்லாதபோதிலும், பிற்காலத்தில் பாடற்பொருள், பாடற்சூழ்நிலை, கதைமாந்தர் அல்லது கூற்றுக்குரியோர் ஆகியவற்றின் அடிப்படையில் வகைப்படுத்தல் மரபாயிற்று. பன்னிரண்டாம் நூற்றாண்டு தொடங்கி சமஸ்கிருதத்தில் எழுந்த தொகைநூல் மரபை ஒட்டியது இது.

2. காஹா அல்லது ஆர்யா யாப்பில் ஒரு பாடல் நான்கு அடிகளைக் கொண்டது. இவை இரண்டு பகுதிகளாய் அமையும். ஒவ்வொரு பகுதியும் இரண்டு அடிகளைக் கொண்டது. முதல் பகுதி முப்பது மாத்திரைகளைக் கொண்டது. இவற்றில் முதலடி பன்னிரண்டு மாத்திரை களும், இரண்டாமடி பதினெட்டு மாத்திரைகளும் கொண்டவை. இரண்டாம் பகுதி இருபத்தேழு மாத்திரைகள் கொண்டது. இப்பகுதியின் முதலடி முதற்பகுதியின் முதலடியைப்போலவே பன்னிரண்டு மாத்திரைகளைக் கொண்டது. இறுதியடி பதினைந்து மாத்திரைகளைக் கொண்டது.

3. சங்கப்பாடல்களுக்கு மாறாக சத்தசஈயில் பாடல்களுக்குத் திணை, கூற்று ஆகியவற்றை வகுத்துக்காட்டும் மரபு இல்லை. கங்காதரவின் உரையிலேயே கூற்றுப்பற்றிய குறிப்புகள் முதன்முதலில் காணக்கிடைக்கின்றன.

4. சத்தசஈயில் காணப்படும் உறவுமுறைச் சொற்கள் பல (அக்கா, அத்தை, அம்மா போன்றவை) திராவிட வேர் கொண்டவையாகக் காணப்படுகின்றன.

5. கொடுமணல், புலிமான்கோம்பை, தாதப்பட்டி, பொருந்தல், கீழடி, கொற்கை, அரிக்கமேடு, உறையூர், கரூர் முதலிய இடங்களில் அண்மையில் கிடைத்த கண்டுபிடிப்புகளை ஒட்டித் தமிழ்-பிராமி எழுத்துமுறையின் கால மேலெல்லையைக் கி.மு.5ஆம் நூற்றாண்டுக்குக் கொண்டு சென்றிருக்கிறார் பேரா.கா.ராஜன் (பார்க்க: Rajan 2015) அண்மையில் கண்டெடுக்கப்பட்ட வியன்னா பாப்பிரஸ் தாள் ஆவணம் சங்ககாலத்தில் கடல்வழி வணிகம் பெரிதும் வளர்ந்திருந்தது என்பதை உணர்த்துகிறது. ஆதிச்சநல்லூர் ஈமச்சின்ன அகழாய்வு தமிழகத்தில் இரும்புத்தொழில் கி.மு.1000க்கு முன்பே நன்கு வளர்ந்திருக்கவேண்டும் என்பதைச் சுட்டுகிறது. மேலும், எகிப்து, ஓமான் போன்ற செங்கடல் பகுதி நாடுகளிலும் தென்கிழக்கு ஆசிய நாடு களிலும் கண்டறியப்பட்டுள்ள தமிழ்-பிராமி எழுத்துப் பொறித்த பானையோடுகளும் பிற பொருள்களும் தமிழகத்து வணிகர்களும் தொழில்வினைஞர்களும் மிகப் பழங் காலத்திலேயே கடல் கடந்து சென்றனர் என்பதை ஐயத்திற்கிடமின்றி உணர்த்துகின்றன. அண்மையில் வரலாற்று அறிஞர் ஜான் கை இரண்டாயிரம் ஆண்டு களுக்குமுன் தமிழே தென்கிழக்கு ஆசிய நாடுகளில்

கடல்வழி வணிகர்களின் பொதுமொழியாக இருந்தது என்கிறார் (பார்க்க: Guy 2011; Chari 2018.) இவற்றின் அடிப்படையில் சங்ககாலத்தையும் சங்க இலக்கியத்தின் காலத்தையும் புதிதாகக் கணிக்கவேண்டிய தேவை இன்று எழுந்துள்ளது. பார்க்க: Selvakumar (2018).

6. அண்மையில் பிராகிருத மொழி குறித்து வெளியாகியுள்ள ஆண்ட்ரூ ஆலட்டின் (Andrew Ollett) விரிவான ஆய்வுநூல் காஹா சத்தசஈக்கும் சங்கப் பாடல்களுக்குமான உறவை மிகச் சுருக்கமாக - வேண்டாவெறுப்பாக - எடுத்துரைக்கிறது:

"The parallels between Prakrit and Tamil poetry are indeed suggestive, but scholars remain divided over what exactly they are suggestive of, in large part because there has been no consensus regarding how to situate either Prakrit poetry or Tamil poetry in a coherent and convincing historical narrative" (2017: 67-68).

7. மொழிபெயர்ப்பில் உள்ள இந்தப் பாடலைப் ஐந்திணை ஐம்பதில் உள்ள பின்வரும் பாடலோடு ஒப்பிடலாம் (பாடல் எண் 38):

சுனைவாய்ச் சிறுநீரை, 'எய்தாது' என்றெண்ணி,
பிணைமான் இனிதுண்ண வேண்டி, கலைமாதன்
கள்ளத்தின் ஊச்சும் சுரமென்பர், காதலர்
உள்ளம் படர்ந்த நெறி.

8. மொழிபெயர்ப்பில் உள்ள 78ஆம் பாடலைப் பின்வரும் கலிங்கத்துப்பரணிப் பாடலோடு ஒப்பிடலாம்:

முருகிற் சிவந்த கழுநீரும்
முதிரா இளைஞர் ஆருயிரும்,
திருகிச் செருகும் குழல்மடவீர்,
செம்பொற் கபாடம் திறமினோ!

மேற்கோள்

கார்த்திகேயன், ஆ. 2005. "சங்க இலக்கியமும் காதா சப்தசதியும்." தமிழ்-பிராகிருத உறவுகள். தஞ்சாவூர்: அன்னம்.

பரிமணம், அ.மா. மற்றும் கு.வெ. பாலசுப்பிரமணியன். பதி. 2004. கலித்தொகை மூலமும் உரையும். சென்னை: நியூ செஞ்சுரி புக்ஹவுஸ்.

பரிமணம், அ.மா. மற்றும் கு.வெ. பாலசுப்பிரமணியன். பதி. 2004. குறுந்தொகை மூலமும் உரையும். சென்னை: நியூ செஞ்சுரி புக்ஹவுஸ்.

மணவாளன், அ.அ. 2009. "சங்க இலக்கியமும் காதா சப்தசதியும்." இலக்கிய ஒப்பாய்வு: சங்க இலக்கியம். சென்னை: நியூ செஞ்சுரி புக்ஹவுஸ்.

மதிவாணன், இரா. மொழி. 1978. ஆந்திரநாட்டு அகநானூறு. சென்னை: தாய்நாடு பதிப்பகம்.

மாறன் பொறையனார். ஐந்திணை ஐம்பது. www.tamilvu.org/library/libindex.htm <http://www.tamilvu.org/library/libindex.htm>

ஜகந்நாத ராஜா, மு.கு. மொழி. 1981 காதா சப்தசதி. ராஜபாளையம்: விசுவசாந்தி பதிப்பகம்.

ஜகந்நாத ராஜா, மு.கு. 1992. "பிராகிருத இலக்கியம்." தமிழும் பிராகிருதமும். சென்னை: உலகத் தமிழாராய்ச்சி நிறுவனம்.

ஜகந்நாத ராஜா, மு.கு. 1994. "காதல் எழுநூறு," "பிராகிருதமும் தமிழ்ச் சங்க அகஇலக்கியமும்." இந்திய மொழிகளில் ஒப்பிலக்கியம். சென்னை: நர்மதா பதிப்பகம்.

ஜயபாஸ்கரன், ந. 2014. "மனத்தடைகள் அற்ற கவிதைகள்." இந்து-தமிழ், 12.04.2014.

Basak, Radhagovinda. Trans. 1971. The Prakrit Gatha-Saptasati. Calcutta: The Asiatic Society.

Chari, Mridula. 2018. "Step Aside, Gujaratis: Tamilians were India's Earliest Recorded Maritime Traders." <https://scroll.in/article/print/704603>.

Guy, John. 2011. "Tamil Merchants and the Hindu-Buddhist Diaspora in Early Southeast Asia." In Pierre- Yves Manguin, A. Mani and Geoff Wade, Eds. Early Interactions between South and Southeast Asia: Reflections on Cross-Cultural Exchange. Singapore: Institute of Southeast Asian Studies.

Hart, George. 1999. The Poems of Ancient Tamil: Their Milieu and Their Sanskrit Counterparts. Delhi: Oxford University Press.

Khoroche, Peter and Herman Tieken. Trans. 2014. Hala's Sattasai: Poems of Life and Love in Ancient India. Delhi: Motilal Banarsidass.

Mehrotra, Arvind Krishna. Trans. 2008. The Absent Traveller: Prakrit Love Poetry from the Gathasaptasati of Satavahana Hala. Gurgaon: Penguin Books.

Ollett, Andrew. 2017. Language of the Snakes: Prakrit, Sanskrit, and the Language Order of Premodern India. Oakland: University of California Press.

Rajan, K. 2015. Early Writing System: A Journey from Graffiti to Brahmi. Madurai: Pandya Nadu Centre for Historical Research.

Selvakumar, V. 2018. "Ancient Tamizhagam, Urbanization and the Cultural Interactions in the Afroeurasian World." Sectional Presidential Address Delivered at the Tamil Nadu Historical Congress, 06 October, 2017.

Vijayalakshmy, R. 1995. "The Tamil Love Poems with Special Reference to Akananuru and Prakrit Sattasai - A Comparative Study." In K. Subbiah Pillai, Ed. The Contributions of the Tamils to Indian Culture. Vol. 1: Language and Literature. Chennai: International Institute of Tamil Studies.

பொருளடக்கம்

நன்றியுரை	5
அட்டைப் புகைப்படங்கள் பற்றியொரு குறிப்பு	6
நூல் அறிமுகம்	9
காஹா சத்தசஈ	23

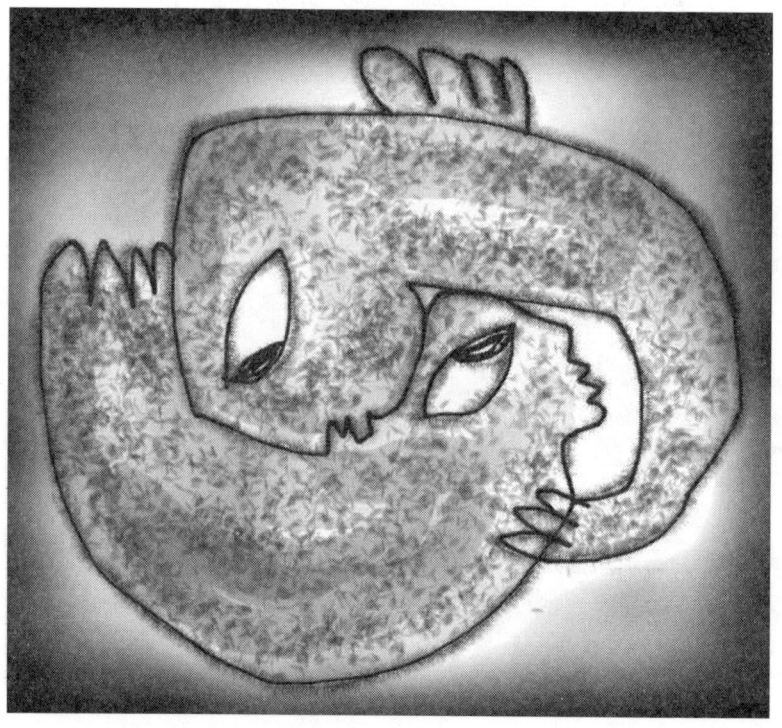

காஹா சத்தசஈ

1. இன்றுதான் அவன் பிரிந்துசென்றிருக்கிறான்.
   சாலைகளும் கோவில்களும் வீட்டுமுற்றங்களும்
   என் மனமும்
   இன்றே வெறிச்சோடிப்போய்விட்டன.

2. குறிப்பாய் எதையும் பாராமல் எல்லாத் திசையிலும்
   நோக்குகிறாள்.
   பெருமூச்செறிகிறாள்.
   உதட்டில் ஒரு வெற்றுப் புன்னகை.
   பொருளற்ற சொற்கள்.
   ஏதோவொன்று அவள் மனத்தில் ஒளிந்திருக்கவேண்டும்.

3. தோழி, சொல். அவன் உன் காதலன் இல்லையெனில்
   எவரேனும் ஒருவர் அவன் பெயரைச் சொன்னவுடன்
   எப்படி உன் முகம்
   சூரியக்கதிருக்கு மலர்கிற தாமரைபோலாகிறது?

4. அவன் உன் காதலன் இல்லையெனில்
   தாயிடம் சீம்பால் குடித்துவிட்டு
   நீட்டி நிமிர்ந்திருக்கும் எருமைக்கன்றைப்போல
   நீ எப்படித் தினந்தினம் கைகால்களைப் பரப்பி
   அசந்து உறங்குகிறாய்?

5. தோழி, தெரியாமல்தான் கேட்கிறேன்:
   காதலர்கள் பிரிந்ததும்
   எல்லாப் பெண்களுக்கும் இப்படித்தான்
   கைவளைகள் பெரிதாக வளருமோ?

6. நாம் பேசும் அதே சொற்களைத்தான்
   ஊராரும் பேசுகின்றனர்.
   அதே சொற்களைத்தான் அவனும் பேசுகிறான்.
   ஆனாலும் அவன் பேசுகையில்
   என் மனத்தினுள் ஏதோ செய்கிறதே.

7. நீ அவளைப் பிரியும்போது
   செல்வமற்ற வீடுபோல
   நீர் வற்றிய சுனைபோல
   மாடேதும் இல்லாத் தொழுவம்போல
   அவள் முகம்.

8. தோழி, இன்றைக்கு ஒருநாள் அழுதுகொள்கிறேன்;
                                   தடுக்காதே.
   நாளை அவன் பிரிந்துசென்றதும்
   நிச்சயம் அழவேமாட்டேன்
   நான் சாகாதிருந்தால்.

9. தண்ணீர்ப் பந்தலில் நீரூற்றும் அவளையே
   கண்களை உயர்த்தி நோக்கியபடி
   விரல்வழியே நீரை வழியவிட்டுக்
   காலங்கடத்துகிறான் பயணி.
   அவளோவெனில்,
   ஏற்கெனவே கொஞ்சமாய் வடியும் நீரை
   இன்னும் குறைக்கிறாள்.

10. பிச்சையேற்கும் துறவி அவள் உந்திச்சுழியையே
                                        உற்றுப்பார்க்கிறான்.
    அவளோ, அவன் பிரகாசமான முகத்தைப் பதிலுக்கு
                                        நோக்குகிறாள்.
    அவள் கை உணவும் அவன் கை உணவும்
    காக்கைகளுக்கு இரையாகின்றன.

11. பிரிந்து சென்றுவிட்டான்.
    கொலைமுரசென ஒலிக்கும் மழைமேகங்கள்.
    இன்புற்றிருந்த பழம்பொழுதுகளை
                                நினைத்துக்கொள்கிறேன்.

12. ஓ என் இடக்கண்ணே!
    நீ துடிப்பதால் அவன் திரும்பிவருவது உறுதியெனில்
    உன்னால்தான் பார்ப்பேன் அவனை ஒரேயடியாக,
    வலக்கண்ணை மூடியபடி.

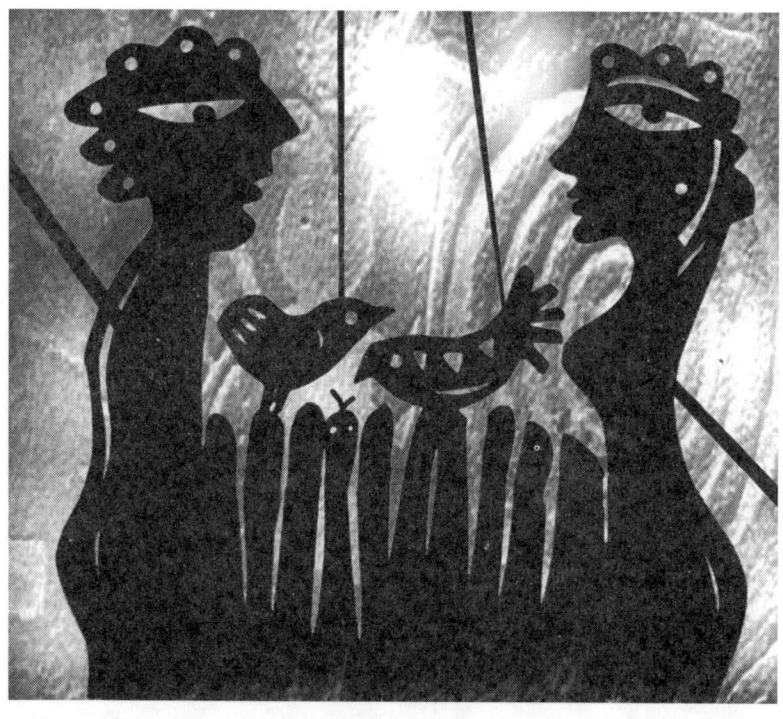

13. பாவமிவள், அழ முடிந்தவரை அழுதுதீர்த்தாள்.
    மெலிய முடிந்தவரை மெலிந்துபோனாள்.
    மூச்சிருக்கும்வரை நெட்டுயிர்த்தாள்.

14. பிரிவில் நஞ்சாய் வேதனைதருபவள்.
    புணர்விலோ அமிழ்தினால் நிரம்பியிருப்பவள்.
    இரண்டையும் சமமாய்க் கலந்திவளைப் படைத்தானோ
    இறைவன்?

15. அவனைப் பார்த்ததால் பெற்ற இன்பத்தில்
    விழிகள் மூடினாலன்றி
    இவள் சூடிய கருங்குவளை மலர்களை
    யார்தான் பார்க்கப்போகிறார்கள்?

16. ஆருயிரே, என்னை நம்பு:
    அன்பற்ற உன் மென்மொழிகளைப்போல்
    உன் கடுஞ்சொற்கள்கூட என்னை வருத்துவதில்லை.

17. தங்கள் காதலர்களைக் கனாக்காணும் பெண்கள்
                          பாக்கியசாலிகள்.
    நானோ அவனில்லாப் பொழுதுகளில்
                          உறங்குவதேயில்லை.
    எங்கிருந்து காண்பேன் என் கனவை?

18. என் இதயப்பலகையில்
நம்பிக்கை என்னும் தூரிகை கொண்டு
என் மனம் எழுதிய காட்சிகளை
ஒரு குழந்தைபோல் ரகசியமாய் அழித்துச்செல்கிறது விதி,
புன்னகைத்தபடி.

19. எல்லோரும் வாய்மூடி மௌனித்திருந்தனர் அன்று.
இன்று,
நஞ்செனக் காதல் நாளங்களிலேறியபின்
அணைபோடுகிறார்.

20. ஓரப்பார்வை வேண்டாம்.
இயல்பாகப் பார்.
அவனையும் நன்றாகப் பார்க்கலாம்;
உன்னை நல்ல பிள்ளை என்பார் ஊராரும்.

21. ஐயனே,
உன் வைப்பு தவறான வைப்பு.
அவசரப்பட்டு இதில் இறங்காதே.
இவளிடம் கொண்டுவைத்த இதயங்கள் மீளுவதில்லை.

22. ஓ என் இதயமே,
பற்றி எரிவதெனில் எரி.
வெந்துபோவதெனில் வேகு.
உடைந்து சிதறுவதெனில் உடை.
நானோ அன்பில்லாத அவன் உறவைத் துறந்துவிட்டேன்.

23. ஓ என் பதறும் துரோக இதயமே,
திடீரென என்ன செய்யத் தொடங்குகிறாய் இப்போது?
அப்போது நம் காதலர் புறப்படுகையில்
அவர் நாட்களின் வரம்பை ஒத்துக்கொண்டபிறகு.

24. அந்த இளைஞர்களும் இருந்தனர்.
கிராமமும் வளமாக இருந்தது.
நமக்கு இளமையும் இருந்தது.
இனி, பிறர் பேசக் கேட்போம் அந்தப் பழங்கதைகளை.

25. குறும்புக்கார நாய் இறந்துபோனது.
மாமியாருக்குப் பித்தேறிவிட்டது.
என் கணவனோ வேற்றிடம் சென்றிருக்கிறார்.
பருத்திக்காட்டை எருமையொன்று அழித்துப்போட்ட
                                  செய்தியை
யார் தெரிவிப்பார் அவருக்கு?

26. ஓ மனத்திற்கினியவரே, சற்றுப் பொறுங்கள்.
அவளொருத்தி பற்றிப் பேசவேண்டும்.
இல்லையெனில், அதுதான் எதற்கு? நான்
                        சொல்லப்போவதில்லை.
அவள் சாகட்டும், தராதரம் பார்க்காமல் காரியத்தில்
                        இறங்கியதற்காக.

27. வயல்காட்டில் வேலையேதும் இல்லாதபோதும்
அந்த விவசாயி வீடு திரும்புவதில்லை
மனைவி இறந்ததும் வெறிச்சோடிக்கிடக்கும் அதனுள்
நுழைய மனமின்றி.

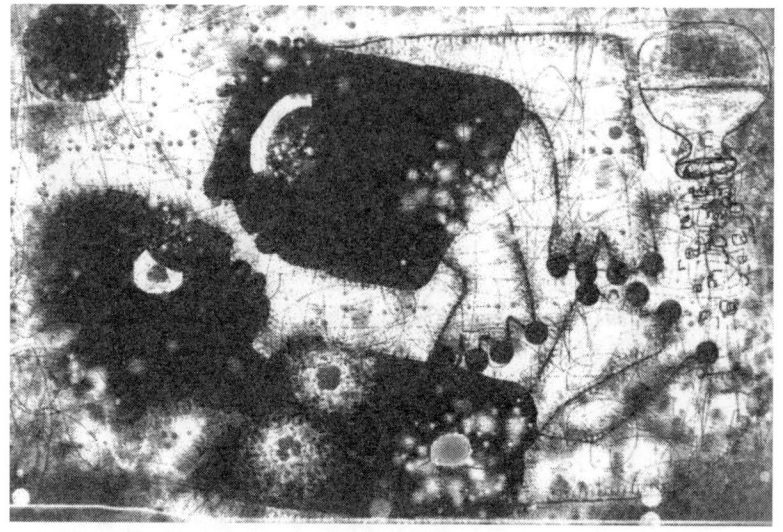

28. கேள், அந்த மேகம் முக்கி முனகுகிறது.
    எனினும்,
    இடையறாது தாரைகளாய்ப் பாயும் மழைத்துளிக்
                                        கயிறுகளால்
    பூமியை அதனால் இழுத்தெடுக்க இயலவில்லை.

29. தேனீக்கள் மொய்க்கின்றன;
    ரீங்கரித்து இரைச்சலிடுகின்றன
    அதன் தீங்கள்ளைத் தேடிநாடி.
    ஆயினும்,
    கதிரவன் முத்தமிட்ட பிறகே தாமரை அலர்கிறது.

30. உன் நீண்ட கூந்தல் மயில்தோகையென அசைகிறது.
    உன் தொடைகள் நடுங்குகின்றன.
    உன் விழிகள் செருகுகின்றன.
    விட்டுவிட்டுத் தொடர்கிறாய் உன் ஆண்விளையாட்டை.
    புரிகிறதா இப்போது ஆணின் சிரமம்?

31. ஒரு பெண்ணின் முலைகளுக்கு மயங்காதார் யார்?
    அவை
    ஒரு கவிதைபோல்
    கைக்கொள்வதற்கு இனியவை
    கனமானவை
    திரட்சியானவை
    அணிகளால் அழகூட்டப்பட்டவை.

32. இரவில்,
இன்பவெறியில் கன்னங்கள் சிவந்தன.
ஒருநூறு காரியங்கள் புரிந்தேன்.
காலையிலோவெனில் நிமிர்ந்து நோக்கவே நாணுகிறேன்.
அதுவும் இதுவும் நானா? நம்ப முடியவில்லை.

33. ஊடல்:
மூச்சடக்கி
காதுகளைத் தீட்டிக்கொண்டு
உறங்குவதுபோல் நடிக்கிறார்கள் அவர்கள்.
யார் அதிக நேரம் தாக்குப்பிடிக்கிறார், பார்க்கலாம்.

34. அம்மா, அவர் வெளியூர் சென்றிருந்தால்
                              தாங்கிக்கொள்வேன்.
காத்திருப்பேன்.
ஆனால்,
மரணத்தைவிட மோசமானது
ஒரே ஊரில் தனித்தனி வீடுகளில் வாழ்வது.

35. கொடுமைக்காரன் விடிந்ததுமே புறப்படுகிறான் என்று
தமக்குள் பேசிக்கொள்கிறார்கள்.
இரவே,
நாளைப்பொழுதை வளர்ந்து மறைத்துவிடேன்.

36. உச்சிச்சூரியனுக்கு அஞ்சி
உன் நிழலும் காலடிக்கீழ் ஒதுங்குகிறது.
நிழலுக்கு வாயேன் பயணியே.

37. அவன் நோக்கிய நோக்கில்
என்னை மறைத்துக்கொண்டே இருந்தேன்
அவன் வேறெங்கும் நோக்குவதை
நான் விரும்பாதபோதும்.

38. அவள் அவனை நோக்குகையில்
விரலிடுக்கில் வழியும் மணலென
அவள் கோபம்

39. தூரம் காதலைக் கொல்கிறது.
தூரமின்மையும்கூட.
அலர் காதலைக் கொல்கிறது.
சில சமயம்
ஏதுமின்றியே காதல் சாகிறது.

40. மாமி, ஒரு பார்வை மட்டும் போதுமோ?
கனவில் கண்ட நீர் தாகம் தணிக்குமா?

41. கீழுதட்டின் சிவப்பை இரவில் அவன் போக்கினான்.
காலையிலோவெனில்,
அது அவள் சக்களத்தியின் கண்ணிலேறி
அமர்ந்திருக்கிறது.

42. முதல் பிரசவம்.
இனி அவனைத் தொடவிடவே மாட்டேன் என்கிறாள்
தோழிமாரிடம்.
சிரிக்கிறார்கள்.

34 | சுந்தர் காளி • பரிமளம் சுந்தர்

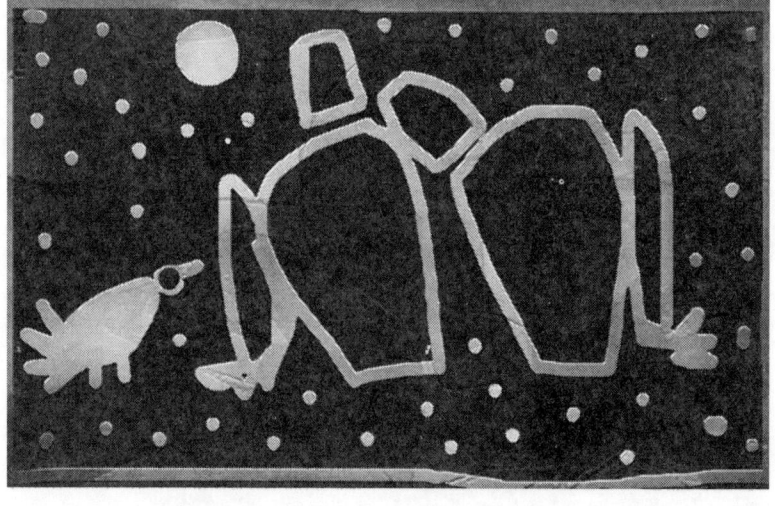

43. என் கண்ணில் அவன் வடிவு
 என் கைகால்களில் அவன் தொடுகை
 என் காதில் அவன் சொற்கள்
 என் இதயத்தில் அவன் இதயம்
 யார் சொன்னார் இது பிரிவென்று?

44. நோயுற்றிருக்கிறது இந்த ஊர்.
 துணையிருப்போர் மோசமான ஆண்கள்.
 என் பார்வையை
 என் மகிழ்வை
 என் துயரை
 என் சிரிப்பைப்
 பகிர்ந்துகொள்ள யாருமில்லை.

45. செய்தியைச் சொல்லியாயிற்று.
 "என்ன சொன்னாய்"
 நூறுமுறை கேட்டாள்
 நூறுமுறை ஒப்பித்தேன் நானும்.

46. கொடிய நாவுகளிடமிருந்து
 உன்மீதான காதலைக் காத்துக்கொள்ள
 எல்லோரையும் ஒருவரேபோல்
 பாசப்பார்வை பார்க்கிறாள் அவள்.

47. இன்றிரவு
 காரிருட்டில் சென்று கலக்கவேண்டும் அவனை என்கிறாள்.
 விழிகளை இறுகமூடி
 வீட்டை வலம்வந்து ஒத்திகை பார்க்கிறாள்.

48. என் சடைப்பின்னல் கலைந்து
    இன்னும் நேர்படவில்லை என் கூந்தல்.
    நீயோ,
    மீண்டுமொருமுறை பிரிவுபற்றிப் பேசுகிறாய்.

49. புத்தகம் வழிப்பட்ட கலவி
    சலித்துப்போகிறது விரைவில்
    அக்கணத்துப் புதுமைகளே
    நான் விரும்புபவை.

50. கணவன்மார்களுக்கு வயதாகிறது.
    வறுமை வந்து சேர்கிறது.
    அவலட்சணமாகிறார்கள்.
    அப்போதும்
    நல்ல மனைவிமார் அவர்களை விரும்புகிறார்கள்.

51. ஆலமரத்தடியிலுள்ள ஊரின் ஒரே கிணற்றில்
    நீரிறைப்பதுபோல
    அவள்கள்
    அவன் வாசலடியில் காத்திருக்கிறார்கள்.

52. இப்பரந்த உலகம் பேரழகிகளால் நிரம்பியிருக்கலாம்.
    ஆனால் அவள் இடப்புறத்துக்கு ஒப்புமை
    அவள் வலப்புறமே.

53. முரட்டுப் பருத்தியாடைக்கு மனங்கலங்காதே.
    கலவி பட்டு முடிச்சுகளையும்கூட அவிழ்த்துவிடுகிறது.

54. பதறுகிறாய்
    பெருமூச்சுவிடுகிறாய்
    கொட்டாவிவிடுகிறாய்
    ஏதோ ஒரு பாடலை முணுமுணுக்கிறாய்
    அழுகிறாய்
    மயங்குகிறாய்
    விழுகிறாய்
    திக்கித் தவிக்கிறாய்
    ஓ பயணியே,
    போகாதிருந்துவிடேன்.

55. எண்ணெய் தீர்ந்துவிட்டது.
    திரியோ இன்னும் எரிந்துகொண்டிருக்கிறது
    இளஞ்சோடிகளின் கலவியில் திளைத்தபடி.

56. அடே கொழுந்தனே,
    இராக்கால வானிலிருந்து விழிகளைத் திருப்பு.
    பிறைநிலாக்கள் வரிசையாக உதிக்கின்றன
    உன் மனைவியின் அக்குளில்.

57. "சிரிக்காதீர்கள்.
    பசியின்மை பற்றி உங்களுக்கு என்ன தெரியும்?
    ஒவ்வோர் இளவேனிலும் எனக்கு இதே கதைதான்."
    கண்ணீருக்கிடையில் அவள் சொற்கள்.

58. ஒவ்வொரு பேச்சிலும்
    அவனே தொடக்கம்
    அவனே நடுவு
    அவனே முடிவு
    மாமி,
    இதென்ன ஓராள் ஊரா?

59. நெற்பயிர் வாடுகிறது சிறிதுசிறிதாக
    அதனோடு காய்கிறது
    சோளக்கொல்லைப் பொம்மையும்
    பறிபோனது எம் கலவிக்களம்.

60. காகம் கரைகிறது:
    கொள்ளையர்களுக்காக
    காதலர்களுக்காக
    பயணிகளுக்காக
    கொள்ளையிடு
    கூடிப் புணர்
    விரைந்து நட
    இரவு கழிகிறது.

61. பட்டிக்காட்டில் பிறந்தவள்
    கிராமத்தான்களோடு வளர்ந்தவள்
    நகரவாழ்வு தெரியாதவள்
    ஆனாலும் என்னை
    நகரத்துப் பையன்களுக்குப் பிடிக்கிறது
    நான் நானாகவே இருக்கிறேன்.

62. வெகுதூரம் பறந்து திரிந்த காக்கை
    அலுத்துத் திரும்புவதுபோல்
    சபிக்கப்பட்ட என் காதல்
    விட்டுச்சென்ற தோணிக்குத் திரும்பியிருக்கிறது.

63. தவித்துப்போய் நீரருகே நிற்கிற ஆண்மான்
    பெண்மான் குடிக்கக் காத்திருக்கிறது.
    பெண்மானோ ஆண்மானுக்காக.[7]

64. கோடைக்காலம்.
    இமைகள்போல் மூடுண்ட கதவுகளுக்குப் பின்னால்
    மதியப்பொழுதில் ஊரே உறங்குகிறது.
    எங்கோ ஒரு திரிகையின் ஓசை
    வீடுகள் குறட்டைவிடுவதைப்போல.
    வேலையாட்களின் அரவமே இல்லை.

65. மாமி,
    என்ன செய்தான் பாருங்கள்:
    கச்சினுள் கைநுழைத்தான்
    அவன் வீட்டுப் பருத்தியைத் திருடினேனென்று.

66. காஹாக்கள்
    பாடல்கள்
    யாழிசை
    அணுக்கமான பெண்
    சிலர் இவற்றைச் சுவைத்ததேயில்லை.
    அதுவே அவர்தம் தண்டனை.

67. இளையவளே, போ. கண்ணீரைத்துடை.
    தோழிமாரும் எழுதுகோல்களும் உண்டு உன் கணவன்
    ஊரில்.
    மலைகளினூடே வீழ்ந்துபெருகும் கோதாவரியும் உண்டு.

68. விசுவாசமான மனைவிமார்
    என்னவேண்டுமென்றாலும் பேசட்டும்.
    நான் அவருடன் படுப்பதில்லை
    அவருடன் படுக்கும்போதுகூட.

69. பிரிந்திருக்கையில்
    அவன் துரோகங்கள் என் நினைவுக்கு வருகின்றன.
    நேரில் கண்டாலோ
    எல்லாம் மறைந்துவிடுகின்றன.

70. கைகால் நீட்டிச் சோம்பல்முறிப்பது போன்றது காதல்:
    கட்டிலோ ஆடுகிறது.
    கழன்றுவிழக் காத்திருக்கிறது
    ஒரு கால்.

71. எப்போதும்
    உன்னவளாக இருக்க விரும்பினேன்.
    எப்படியென்று அறியேன்,
    கற்றுக்கொடு.

72. என் பாவாடையின் முடிச்சுக்காய்த் துழாவியபோது
ஏற்கெனவே அவிழ்க்கப்பட்டிருந்தது கண்டு வெட்கினான்.
நானோ,
ஒரு நகை நகைத்து அவனை ஆரத்தழுவினேன்.

73. நண்பர்கள் போய்விட்டார்கள்.
தோட்டத்தில்
நிழல் தந்தவைகளில் வற்றல் மரங்களே எஞ்சிநிற்கின்றன.
நமக்கும் வயதாகிவிட்டது.
காதலின் வேர்கள் தறிக்கப்பட்டுவிட்டன.

74. ஒரு சந்திலிருந்து மற்றொன்றிற்கு
நகர்ந்து தவிக்கும் கூண்டுப்பறவைபோல்
நடுங்கும் கண்களுடன்
வேலி வழியாய்ப் பார்க்கிறாள்
நீ அவளைக் கடந்து செல்கையில்.

75. என்ன செய்வாள் அவள்
நுனிக்காலில் தள்ளாடியபடி
வேலியில் முலைகளை அழுத்தியபடி
ஓயாது நோக்கியும் உன்னைக் காணாவிடில்?

76. சற்றே திறந்திருக்கும் கதவினைப்போல்
தன் கருநீலக் கச்சினைத் தளர்த்தியிருக்கிறாள்
இளைஞர்களின் கண்களுக்கு
லேசாகத் தன் முலைகளைக் காட்ட.

77. பூக்காரியிடம்
விலையைக் கேட்பதைச் சாக்கிட்டுச்
சுற்றிச் சுற்றி வருகிறான் அந்தப் போக்கிரி
அவள் அழகிய தோள்களைக் கண்குளிரக் காண.

78. புதிதாய்ப் பறித்த மலர்களைக் காட்ட
அழகிய கைகளை உயர்த்தும் பூக்காரி
இளைஞர்களின் இதயங்களைத்
திருகிப் பறிக்கிறாள்.[8]

79. வெட்குகிறாள்.
உன்னைக் காணுகையில் அவளில் எழும் உணர்வுகள்
மனத்துக்குள் மட்டுமே அரங்கேறுகின்றன
ஏழையொருவனின் கனாக்கள் போல்.

80. மாமி,
அவனை நோக்கித்தீராத என் நோக்கு
கனவிலருந்தும் நீரைப் போல்
தீராதது என் தாகம்.

81. அவள் முகத்தில் ஆழப்பதிந்தன அவன் விழிகள்.
அவளுக்கோ அவனைக் கண்ட கள்வெறி.
இருவரின் இம்மயக்கத்தில்
இன்னோர் ஆணோ, பெண்ணோ இல்லை இவ்வுலகில்.

82. என்ன செய்யப்போகிறேன் அவன் வருகையில்?
என்ன சொல்லப் போகிறேன்?
எவ்வாறு இருக்கும் அது?
தறிகெட்டுச் செல்லும் அந்தத் தருணம்
தவிக்கிறது அவள் இதயம்.

83. மரச்செறிவில் காத்திருக்கிறாள் அந்தத் தறிகெட்டபெண்
அவன் காற்பந்தில் சரசரக்கும்
சருகுகளுக்குக் காதைக் கொடுத்து.

84. நாணற்புதர்களில் நழுவிப்போயின சந்திப்புகள்.
திசையெங்கும் தேடித்தவிக்கிறாள் உன்னை
தொலைந்துபோன புதையலைப்போல்.

85. பார்,
கலவியின் அவசரத்தில் அவள் உதைத்துத்தள்ளிய
புதிதாய்ச் சாயமிட்ட பாவாடை
உதறியெறிந்த நாணத்தின் பதாகை போல்
உயரத் தொங்குகிறது மரக்கிளையில்.

86. கன்னித்தன்மை இழக்கும் அவளைக்கண்டு வெட்கி
ஆற்றோரப் புதர்களிலிருந்து எழுந்து பறக்கிறது ஒரு
பறவைக் கூட்டம்
'ஹோ ஹோ' வென்று தம் சிறகுகளால்
சொல்வதைப்போல்.

87. வேலிப்புதர்களின் பின்னோ
காற்றில் வளைந்தசையும் நாணற்புதர்களின் உள்ளோ
தொந்தரவின்றிக் கலவிசெய்யும் மலைக்கிராமத்தில்
                                        வாழ்வோர்
பாக்கியசாலிகள்.

88. முட்டாளே,
ஏன் இலவங்கப் பூக்களோடு வீணே காலங்கழிக்கிறாய்?
கழற்று என் பாவாடையை
யாரை நான் அழைக்கப் போகிறேன் இந்தக் காட்டினுள்?
கிராமம் வெகுதொலைவில்.
நானோ இங்கு தன்னந்தனியள்.

89. வயது முதிர்ந்த பசுவும்கூடக்
கறக்கிறவன் கைபட்டால் பால்கொடுக்கும்.
மகனே,
பார்த்தாலே பால்கொடுக்கும் பசுவை
இங்குதான் காண்பாய்.

90. பேச்சுக்குப் பதில்பேச்சுப் பேசாள்.
எல்லோரிடத்திலும் கோபம் கொள்கிறாள்.
வேறொன்றுமில்லை
ஆற்றோரத்துப் புதர்கள் பற்றியெரிகின்றன.

91. கோழைத்தனத்தில் அவனடைந்த பேரின்பமும்
பெண்மைவிலக்கிய என் பெருந்துணிவும்
வெள்ளமாய்ப்பெருகும் கோதாவரிக்கும்
கார்காலத்து நள்ளிரவுகளுக்கும்
மட்டுமே தெரியும்.

92. தூது சென்றவள் திரும்பவில்லை.
    நிலவு எழுந்து நேரமாயிற்று.
    இரவோ கழிகிறது.
    எல்லாம் குழப்பம்.
    ஆனால் யாரிடம் நான் முறையிடுவேன்?

93. விழித்திருந்த முன்னிரவு
    விரைந்து கழிந்தது ஒரு மணித்துளியென.
    நீ வருவாய் எனும் நினைப்பில்
    பின்னிரவோ
    ஏமாற்றத்தில்
    ஒரு யுகமென நீள்கிறது.

94. அன்பிற்கினியவளே,
    நீ உறங்கவில்லையென எனக்குத் தெரியும்
    விழிகளை மட்டுமே மூடியிருக்கிறாய்
    முத்தமிடுகையில்
    மயிர்க்கூச்செறிகிறது உனக்கு
    இனி இதுபோல் தாமதியேன்.

95. நேற்றிருந்தது போலவே இருக்கிறாய்
    ஏனிந்த வீண்பெருமை?
    நீயவனைப் பார்க்கவில்லை.
    பார்த்திருந்தால்
    இவ்வளவு தெளிச்சியாக இருப்பதெப்படி?

96. தோழி,
    எவனுக்காக நான் வெட்கத்தை விட்டேனோ
    எவனுக்காக என் பெயரைக் கெடுத்துக்கொண்டேனோ
    அவன்
    இப்போது என்னை எல்லோரையும்போலவே
    நடத்துகிறான்.

97. அந்த நாசமாய்ப் போனவர்களை நம்பாதே.
    அவர்கள் நாய்களைப் போல:
    முதலில் உன்னைப் பணிந்து திரிவார்கள்
    பிறகு காரியம் முடிந்ததும்
    விலகி ஓடுவார்கள்.

98. முதலில் நீ அவளை நுகர்ந்து முடித்தாய்.
    பிறகு அவளை அழவும் அலறவும் செய்தாய்.
    அதன்பின் அவள் பெண்மையை மறக்கடித்தாய்.
    தயவுசெய்து இப்போது அவளைப் புறக்கணிக்காதே.

99. நல்ல பெண்தான் அவள்
    ஆனால் ஒரே நாளில்
    பாவி நீ அவளை
    வலியிழக்கவைத்தாய்
    அலுப்பூட்டினாய்
    மயங்க வைத்தாய்
    அழ வைத்தாய்.

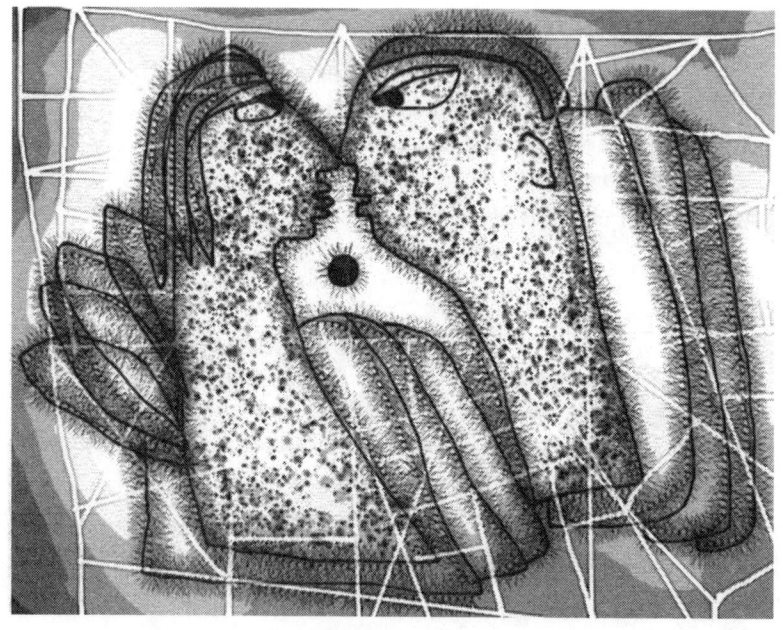

100. யாரை நீ நினைக்கிறாய் என்று நாங்கள் கேட்டோம்.
யாருமில்லை என்றாள்.
பிறகு மிகப்பரிதாபமாய் அழ ஆரம்பித்தாள்.
நாங்களும் சேர்ந்து அழுதோம்.

101. எதுமறியாத அயலாரிடமெல்லாம்
வளையல்களை உடைத்தது யார் என்று சொல்லுகிறாள்.
இவள் முட்டாளாய் இருக்க வேண்டும்
அல்லது
தனது துன்பத்துக்குரியவனை ஆழ நேசிக்கவேண்டும்.

102. ஓ சின்னச்சிறு பூசணிக்காயே,
உனக்கான இடத்தை விட்டுவிட்டு
வேறொரு கொடியின் பந்தலில் ஏறுகிறாய்.
கேட்டுக்கொள்,
ஒருநாளில்லை ஒரு நாள்
கீழே விழுந்து உடையத்தான் போகிறாய்.

103. ஓ இதயமே,
ஆழமதிகமில்லாத ஆற்றில்
இங்குமங்கும் சிக்குண்ட மரக்கட்டைபோல
நீயும் ஒருநாள்
யாரோ ஒருவரின்
தீக்கு இரையாவாய்.

104. ஓ இதயமே,
   அடையமுடியாத அந்த ஆண்மகனைத் தேடி
   ஓயாது அலைகிறாய்.
   ஒருநாள்
   வானில் நீ அலைந்து திரிகையில்
   நொறுங்கி மடிவாய்.

105. அன்பும் பாசமுமுள்ள ஒருவனைக்
   காதலிப்பதில் அர்த்தமுள்ளது.
   ஆனால்,
   இதயமே இல்லாத ஒருவனிடம் இதயத்தைப்
                           பறிகொடுப்பது
   நகைப்புக்குரியது.

106. மகனே,
   கரந்த நோக்கு, கரந்த நடை, கரந்த நகை
   இவைகொண்ட பெண்களின் காதலைப்பெற
   முற்பிறவிகளில் புண்ணியம் செய்திருக்க வேண்டும்.

107. அவனைக் கொள்ளுதலோ கடினமானது
   கொண்டபிறகு அவனை வைத்திருத்தல் கடினம்
   கொண்டபிறகும் அவன் கொள்ளப்பட்டானில்லை
   அவனது இதயம் கொள்ளப்பட்டாலொழிய.

108. கொஞ்ச நாளைக்கு முன்புகூட
   உன் விழிகள் என் கன்னங்களில் பதிந்திருந்தன.
   அவைகளால் தம் பார்வையைத் திருப்ப இயலவில்லை.
   அன்றுபோலவே இன்றும் இருக்கிறேன் நான்.
   என் கன்னங்களும் அன்று போலவே.
   உன் விழிகள் அவ்வாறில்லையே.

109. பிரிவுத்துயரின் வலியை
 உணர்ந்தாயில்லை போலும்.
 நான் ஏன் மெலிந்துபோனேன் என்று கேட்கிறாய்.
 நகைப்பிற்கிடமானது இது.
 சொல்கிறேன்,
 உனக்கும் இவர்போல் ஒரு தடுமாறும் காதலர்
 கிடைத்தபிறகு.

110. அவன் உன்னிடம் என்ன சொல்ல விரும்பினான் என்று
 எனக்குப் புரியவில்லை
 நிரம்பவும் திக்கினான்
 நிரம்பவும் சூடான பெருமூச்சுகள் விட்டான்
 "நீ இல்லாமல் மெலிந்துபோனேன்"
 "பிரிவுத்தீயைப் பொறுக்கமுடியவில்லை"
 "அந்தரத்தில் தவிக்கிறது என் உயிர்"
 தோழி, நானேன் சொல்கிறேன் இவற்றையெல்லாம்?
 உனக்கே தெரியும் என்ன சொல்ல வேண்டுமென்று.

111. நான் அவள் தூதுவரல்ல
 நீ அவள் காதலனல்ல
 உனக்கும் எனக்கும்தான் என்ன உறவு?
 ஆனால், உண்மையைச் சொல்லிவிடுகிறேன்:
 அவள் செத்துக்கொண்டிருக்கிறாள்
 உனக்கே அது இழுக்கு.

112. பார்,
 திருமணப் பாடல்களை அந்தப் பெண்கள்
 பாடத்தொடங்குகையில்
 மணப்பெண்ணுக்கு மயிர்க்கூச்செறிகிறது
 மணமகனின் பெயரை
 அவையும் கேட்கவிரும்புவது போல்.

54 | சுந்தர் காளி • பரிமளம் சுந்தர்

113. அவள் உன்னைப் பார்ப்பதில்லை
    உன்னைத் தொட அனுமதிப்பதும் இல்லை
    ஒன்றும் பேசுவதில்லை
    ஆனாலும்,
    ஏதோவொரு புதிரான வகையில்
    இளம் மணப்பெண்ணாய் இருத்தல்
    ஆனந்தமான ஒன்றே.

114. கேள்வி கேட்டால் அவள் பதில் பேசுவதில்லை
    தொட்டுவிட்டால் சுருண்டுகொள்கிறாள்
    முத்தமிட்டால் அழத்தொடங்குகிறாள்
    அவளைத் தழுவும்போதோ
    அந்த இளம் மணப்பெண்ணின் மௌனம்
    அவனைக் குற்றவாளியெனச் சங்கடப்படுத்துகிறது.

115. அவள் கணவன் அவளை அழைக்கையில்
    அவள் பாராமுகமாய் இருந்தாள்
    நாணத்தோடு கூடிய நகையுடன்
    தன் பாவாடையை
    இரண்டுமுறை இறுகக்கட்டினாள்.

116. உறக்கத்தில் போலும் புரண்டுபடுத்தான் அவன்
    தன் தொடைகளினிடையே இறுக்கி வைத்திருந்த
    இளம் மனைவியின் பாவாடை முடிச்சின்மேல்
    நடுங்கும் கையை வைத்தான் தற்செயலானதுபோல்.

117. தோழி,
என் மெல்லிய பாவாடை
என் தொடைகளின் வியர்வையில் ஒட்டிக்கொண்டது
அவன் துழாவியபோது நான் நகைத்தேன்.

118. நான் உன்னை நேசிக்கிறேன்
அது நிச்சயம்
எது எனக்குத் தெரியவில்லையெனில்
எதை எனக்கு நீ கற்றுக்கொடுக்க வேண்டுமெனில்
நீ எப்படி என்னை நேசிப்பாய் என.

119. இந்த இளம்பெண்ணுக்கென்ன வயது?
எப்போது இவற்றையெல்லாம் கற்றாள்?
ஒரு முதிர்ந்த பெண்ணுக்குத் தெரிவதெல்லாம்
இப்போதே இவளுக்குத் தெரிகிறது.

120. ஓர் அற்புதம் போன்றிருந்தது அது
புதையலைக் கண்டது போன்றிருந்தது
வானுலக வேந்தனாய் ஆனது போலிருந்தது
அமிழ்தக் குடத்தினை அருந்தியது போலிருந்தது
அவள் அம்மணமான அக்கணம்.

121. எப்படி அவளை வருணிப்பேன்
அவளைக் கண்டால்
அகற்ற இயலாது உன் கண்களை
சேற்றில் சிக்கிய பசுவினைப் போல்.

122. அவளுடலில் முதலில் எந்தப் பாகத்தில் கண் பதிகிறதோ
அதைவிட்டு நகர்வதில்லை.
அவள் முழுவுடலை எவரும் என்றும் கண்டதில்லை.

123. என் உடலின் எந்தப்பாகத்தை அவன் நோக்குகிறானோ
அதை மூடிக்கொள்கிறேன்
அதைப் பார்ப்பானா என்றும் ஏங்குகிறேன்
அவனைப் பார்த்தால் கண்களின் பசிதீரும்
அவனை நினைத்தால் மனத்தின் பசிதீரும்
அவன் மொழிகளைக் கேட்டால் செவிகளின் பசிதீரும்
மாமி,
என் காதலர் என்றும் இனியவர்.

124. நீ செய்கிற எல்லாம்
நீ சொல்கிற எல்லாம்
உன் கண்களின் ஜாலங்களெல்லாம்
அனுபவிக்க ஒருநாள் போதாது.

125. அடுப்படிக் கைவேலையில்
முன்னெப்போதையும்விட முழுமதிபோல் தோன்றும்
புகை படிந்த இளம்மனைவியின் முகத்தைக்
கண்டு நகைக்கிறான் கணவன்.

126. அவள் கூந்தல் எல்லாத் திசைகளிலும் விரிந்து பறக்க
நான் அவள் இதழ்களை முத்தமிட நெருங்கியபோது
அவள் தன் தலையைக் குலுக்கியதை மறந்தறியேன்
அன்றவள் முகம்
மணம் நாடிய தேனீக்கள் சூழ்ந்ததொரு தாமரை
போலிருந்தது.

127. ஒரு சமயம் நீயவற்றை நெடிதுதேடி அடைகிறாய்
மறுசமயம் பெரும்போருக்குப்பின் அவற்றை
முத்தமிடுகிறாய்
வேறொரு தருணமோ அவை இயல்பாகவே கிட்டுகின்றன
அவளின் இதழ்கள்
தீராத இன்பங்களின் ஊற்று.

128. சொல்,
சரியில்லாத பொழுதில் சரியில்லாத இடத்தில் தொந்தரவு
செய்தால்
உனக்குக் கோபம் வராதா என்ன?
கட்டிலறையில் கலவியிலிருக்கையில்
காதல் மகனே ஆனபோதிலும்
அநாவசியமாய் அழுதுகரைந்தால்
எந்தத் தாய்தான் அவனைச் சபிக்கமாட்டாள்?

129. அவன் எவ்வளவுதான் அதன் மடியைப் பீய்ச்சினாலும்
இடையனின் கைகளைக்கூட நனைக்காத
அந்தக் கட்டுக்கடங்காத பசு
பாரேன்,
இப்போது குடங்குடமாய்ப் பால் கறப்பதை.

130. நீ சொல்வதுபோல் நீ ஓர் அறிஞனெனில்
அவளிடம் போ
எங்களை விட்டுவிடு
ஏனெனில்
புத்தக வித்தைகளெல்லாம் அவளே அறிவாள்.

131. என் முகத்தில் எண்ணெய் இழுவியிருந்தபோது
      அதிகவனத்துடன் அன்றென்னை முத்தமிட்டவன்
      இன்று நான் இவ்வழகிய அணிகலனை அணிந்திருந்தும்
      என்னைத் தொடக்கூடமாட்டேன் என்கிறான்.

132. அவளது பாவாடை காற்றில் விரிந்து
      தொடையில் பற்குறிகள் தென்பட்டதும்
      பொற்புதையலின் மூடி திறந்தாற்போல்
      பெருங்கிளர்ச்சியுற்றாள் அவளைப் பெற்றவள்.

133. காற்று உன்பாவாடையைத் தூக்குகிறது
      மூடிக்கொள் முட்டாள் பெண்ணே
      உன் தொடைகளின் பற்குறிகளை.
      உன் அருமைக்கணவனின் கேலிக்கு ஆளாகாதே.

134. உன் கணவன்
      உன் முலைகளில் வரைந்த தொய்யிலைக் கண்டு
      ஏன் இத்துணைக் கர்வம்?
      கைமட்டும் நடுங்காதிருந்தால்
      என்கணவனும்கூட இதையே செய்திருப்பான்.

135. ஒரு முலையில் பால் சுரக்கிறது
      மற்றதிலோ நகக்குறிகளும் புளகமும்
      கணவனுக்கும் காதல் மகனுக்கும் இடையே
      அமர்ந்திருக்கும் இந்த மனையாளைப் பார்.

136. ஒருத்தி ஒருவனை நேசிக்கிறாளெனில்
 அவனால் விளையும் பழியும்கூட
 இன்பமாகிறது.
 காதலனின் நகங்களால் காயமுற்றபோதிலும்
 முலைகள் புளகத்தால் கிளர்ச்சியுறுகின்றன.

137. ஒருகணம் துடைத்துப்பார்த்தாள்
 மறுகணம் சுரண்டிப்பார்த்தாள்
 பிறகு தேய்த்துப்பார்த்தாள்
 கணவன் தன் முலையில் இட்ட நகக்குறியை
 என்ன செய்வதென்று அறியாது தவிக்கிறாள்
 இளம்மனைவி.

138. மாமி, பாருங்கள்
 நமது ஊரில் அழகின் உச்சமாய் இருந்தது
 தாமரைகள் நிறைந்த அக்குளம்.
 இன்றோ,
 அறுத்து முடிந்த எள்ளுக்காட்டைப் போலாக்கிவிட்டது
 பனிக்காலம் அதனை.

139. மாமி,
 ஒரு தாமரைக்கும் சேதமில்லை
 ஒரு வாத்தும் அஞ்சிப்பறக்கவில்லை
 ஆனால்,
 யாரோ ஒரு மேகத்தைப் பின்னாலிருந்து
  தள்ளியிருக்கிறார்கள்
ஊர்க்குளத்தினுள்.

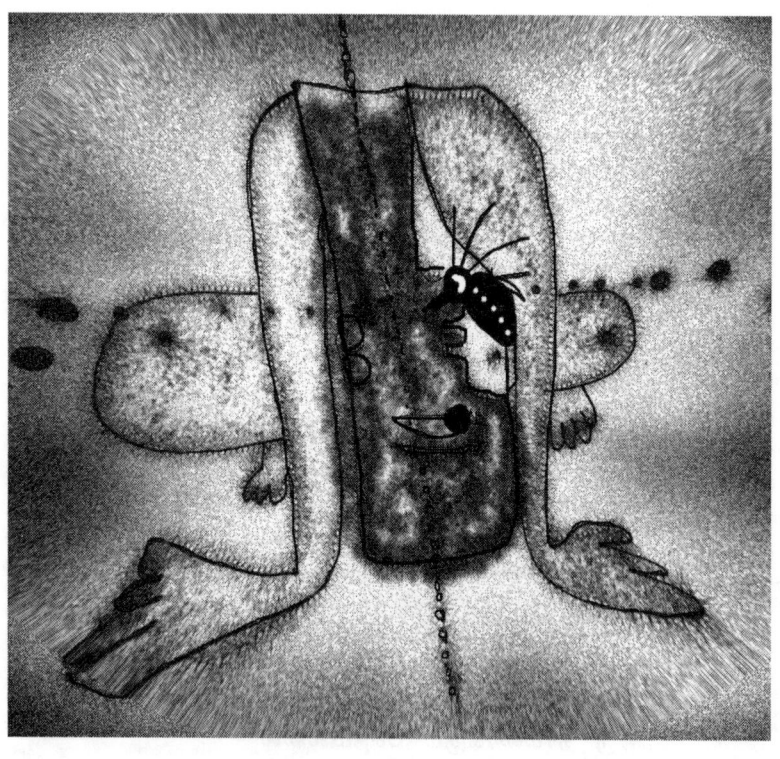

140. கலவியில்
கடைசிவரை கவர்ந்திழுக்கிறார்கள் பெண்கள்
அல்லியின் நீண்ட இதழொத்த
அவர்கள் கண்கள் மூடும்வரை.

141. விரிந்து கிடந்த விழிகளால்
கன்னங்களில் வழிந்திறங்கும் வியர்வையில்
சொல்லாமல் சொல்கிறாள் அவள்
என் வேலை முடிந்ததென்று.

142. கலவி முடிந்ததும்
பாவாடையைக் காணாத கண்ணியமான மனைவியர்
வெட்கத்தில் வேகவேகமாகக்
கணவன்மார்களை மீளவும் கட்டியணைத்து
மறைக்கிறார்கள் தங்கள் அம்மணத் தொடைகளை.

143. எல்லாம் முடிந்த பின்னும்
ஓய்ந்து கிடந்த என் உடலை
மீண்டுமொருமுறை தொடங்க நினைப்பவன் போல
நோக்கிய அவனை
எவ்விதம் நினைவு கொள்ளாதிருப்பேன்?

144. முதன்முறையாகக் கருவுற்ற இளம்மனைவியை
அவள் தோழிமார் என்னடி உனக்கு வேண்டும் என்றபோது
அவள் வெறுமனே பார்த்தாள் தன் கணவனை.

145. மாலையில் உள்ள பூக்களில்
அந்த இளம் மல்லிகையின் மணம் மட்டும்
மாறுவதேயில்லை.
அந்த நாசமாய்ப்போன மலரில்
ஏதோ ஒரு வித்தியாசமான சக்தி இருந்துதான்
தொலைகிறது.

146. சாதாரணமாக,
தன்னிடமுள்ள மிகையான ஒன்றை ஒருவர்
கொடுப்பதுண்டு.
ஆனால் உன் சக்களத்திகளுக்கோ நீ கொடுப்பதெல்லாம்
உனதில்லாத ஒன்றை:
துயரை.

147. உன் இதயம் இனிய தேனால் நிரம்பியது.
ஏங்குவோரின் ஏக்கத்தைத் தணிப்பவை உன் கைகள்.
ஓ நிலா முகத்தாளே,
உன் எதிரிகளைச் சுட்டெரிக்கும் வெப்பத்தை
எப்படி எழுப்புகிறாய்?

148. முதன்முறையாகப் பிள்ளைபெற்ற அழகிய மனைவி
தன் கணவன் ஆருயிர்க் காதலி என்று சொல்வதைக்கேட்டு
வெறுத்துப் போய்விட்டது என்று ஓயாது சொல்கிறாள்.
எல்லோரும் சிரிக்கிறார்கள்.

149. ஓ கடவுளே,
தயவுசெய்து என் கணவன் பிற பெண்களை நாடட்டும்.
ஏனெனில்,
ஒருத்தியை மட்டுமே அனுபவிக்கும் ஒருவருக்கு
எது நல்லது, எது கெட்டது என்றே தெரிவதில்லை.

150. இன்னொரு பெண்ணைப் புணரும்போது
அவன் காதலி நினைவுக்கு வருகிறாள்
அவளிடம் கண்டதொன்றையும் காணாததொன்றையும்
காணும்போது.

151. ஒத்துக்கொள்கிறேன் தோழி,
அவள் அழகு, பண்பு இவற்றின் மொத்த உருவந்தான்.
ஆம்,
நான் எதற்கும் லாயக்கற்றவள்தான்.
ஆனால், சொல்லேன்,
அவளளவிற்கு இல்லாதவர்கள்
வாழத் தகுதியற்றவர்களா?

152. ஒருவேளை என் திறமைகள் கொஞ்சமோ என்னமோ
ஒருவேளை என் திறமைகள் அவனுக்கு
                    விருப்பமில்லையோ
ஒருவேளை எனக்குத் திறமைகளே இல்லையோ
எல்லாம் உள்ள யாரையோ அவனுக்குத்
                    தெரிந்திருக்கிறது.

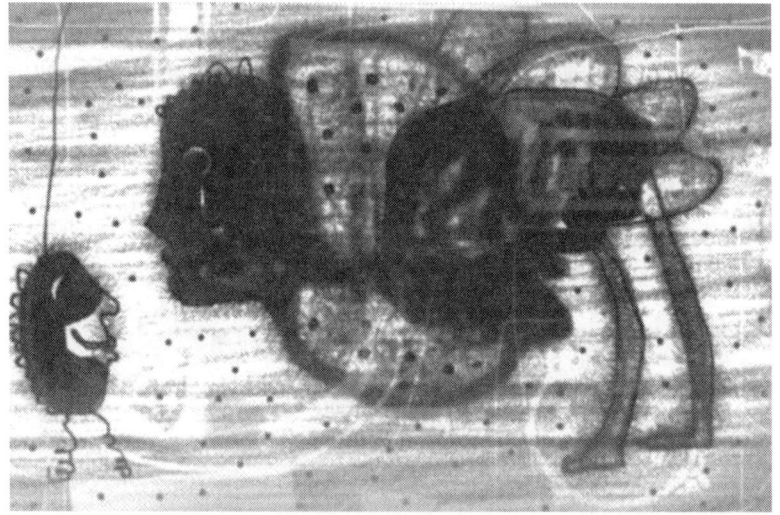

153. நீ அவளை விரும்புகிறாய்
நான் உன்னை விரும்புகிறேன்
அவள் உன்னை வெறுக்கிறாள்
நீயோ என்னை வெறுக்கிறாய்
வெளிப்படையாகப் பேசுகிறேன்
ஏனெனில்,
காதலென்பது கடுஞ்சிக்கலான விஷயம்.

154. என் இதயத்தில்
உன்னையும் உன் புதிய காதலியையும்
சேர்த்துத் தாங்கவேண்டியிருக்கிறது.
நான் ஏன் ஓய்ந்துபோகிறேன் என்றா கேட்கிறாய்,
                                                            முட்டாளே?
மிதமிஞ்சிப் பாரமேற்றினால் காளைமாடும்கூடக்
                                              களைத்துப் படுத்துவிடும்.

155. என் இதயத்தில் வாழ்கிறாய் நீ
உன் இதயத்திலோ உன் மனைவியைத் தாங்கியபடி
சொல்,
இல்லையெனில் எவ்வாறவளுக்குத் தெரியும் எனக்கு
                                                        இன்னதுதான்
வேண்டுமென்று.

156. உன் இதயத்தில்
உன் விழிகளில்
உன் கனவுகளில்
வசிக்கிறாளவள்.
மன்மதராசாவே,
இந்தப் பாவப்பட்டவளுக்கு வேறெங்கேதான்
                                              இடமிருக்கிறது?

157. உன் இதயத்தில் குழுமியிருக்கிற
ஆயிரக்கணக்கான பெண்களிடையே இடங்காண
முடியாமல்
வேறேதும் செய்வதில்லை இவள் ஒவ்வொரு நாளும்
ஏற்கெனவே மெலிந்தவள் மென்மேலும் மெலிவதைத்
தவிர.

158. என்னைப் பாராது
இங்குமங்கும் நோக்கும்
கண்டுகொள்ளாத உன் ஓரப்பார்வைகளில்
என் காயமும் வேதனையும்.

159. அழகிய தலைவா,
கண்ணில்படும்வரை இன்பம் தருகிறாய்
பார்வையிலிருந்து மறைந்ததும்
நீ தரும் வேதனையால்
இனி உன்னைக் காணாதிருக்கவே விரும்புகிறேன்.

160. உன் முன்னிலையில்
ஏன் நாளுக்குநாள் மெலிந்துபோகிறாய் என்று
யாரேனும் கேட்கும்போது
யாரிடம் என்ன சொல்வதென்று தெரிவதில்லை.

161. விலகிப்போன அவனை
அருகே அழைத்து வந்து
எப்படி இருக்கிறாய் என்று கேட்க வைத்து
நல்லகாரியம் ஒன்று செய்தாய்.
இனி, காய்ச்சலே,
நீ என் உயிரைக் கொண்டுபோனாலும்
உன்னைச் சபியேன்.

162. மரியாதைக்காக வந்து பார்த்தாலே
மனம் நிறைகிறது
நீ
காதலுடன் சென்று பார்ப்பவருக்கோ
எத்தகைய இன்பம் கைகூடும்?

163. போய்விடு
என் கண்ணீரோடும் பெருமூச்சுகளோடும் என்னை
விட்டுவிட்டு
என்மேல் கரிசனம் கொள்வதால்
அவள் உன்னை நீங்கிச்செல்லுகையில்
நீ என்போல் துன்புறவேண்டாம்.

164. உன் மனைவிதான் இவள்
தழுவிக்கொள் இவளை
கோழிகூவத் திடுக்கிட்டு விழித்துச்
சுற்றுமுற்றும் கவலையோடு பார்க்கிறாய்.
இன்னொருத்தனின் வீட்டில்
இராப்பொழுதைக் கழித்தது போல.
ஆனால் கவலைப்படாதே:
இது உன் வீடுதான்.

165. பாரேன்,
அவள் கணவன் அவன் பரத்தையின் பெயர்சொல்லி
 அவளைக் கூப்பிட்டதும்
திருவிழாவுக்காக அவளணிந்திருந்த
 அணிகலன்களெல்லாம்
பலிக்களத்திற்குச் செல்லும்
எருமையின் தலையில் சூடிய மாலை போலாகின்றன.

166. அடியே, ஆத்திரக்கார பெண்ணே
தவறான பெயர் சொல்லி உன்னையவன் அழைப்பது
பொறாமையில் புரளும் உன் கண்களைப்
 பார்ப்பதற்கென்று புரியவில்லையா
உனக்கு?

167. மகனே, வேண்டாம் அதிகப்பிரசங்கித்தனம்.
வேடிக்கைக்காக அவளை வேறொருத்தி பேர் சொல்லி
 அழைக்கிறாய்.
உன் மனைவிக்கும் தெரியும் வேடிக்கை பண்ண.

168. அதுதான் என் பெயரா?
சொல்லியழை அன்பே, சொல்லியழை
சங்கடம் வேண்டாம்
என்பெயர் உனக்குப் பிடிக்கவில்லையெனில்
எனக்கு மட்டும் அதனாலென்ன பயன்?

169. திடீரெனக் கொந்தளிக்கும் கோபம்
மறுகணம் அமைதி
ஓயாத நடிப்பும் பொறாமையின் துயரமும்
மகனே,
காதலின் இயல்பு இதுவே.

170. காயப்பட்டதுபோல் நான் நடித்த
அந்த நாட்களை நான் மீண்டும் நினைத்துப்பார்க்கிறேன்.
உண்மையிலேயே நான் கோபமுற்றது போல்
நீ என்னைச் சமாதானம் செய்ய முயன்றாய்.
நினைத்துப்பார்க்கையில்
இன்று நான் அழவேண்டும்
முடியவில்லையென்னால் கோபப்பட.

171. கணவன்மார்களின் தவறுகளைக் கேள்வியுறும்போது
துயரும் ஆத்திரமும் அடையும் இளம்பெண்கள்
உரக்க அழுவதில்லை.
அழுவதெல்லாம் கணவன்மார்கள் நேரில் வந்து
மன்னிப்புக் கேட்கையில்.

172. என் இதயத்தின் சிறிய பிளவில்
என் தோழிமார் ஊட்டிய பொறாமைக் கோபம்
என் கணவனைக் கண்டதும்
ஒரு கள்ளக்காதலனைப் போல்
பதுங்கி வெளியேறியது.

173. போய்விடு, என் கண்ணீரைத் துடைக்காதே
அழுவதற்கென்றே படைக்கப்பட்டவை இந்த முட்டாள் கண்கள்.

உன்னைப் பார்க்கையில் திசை மாறி
உன் உண்மை இயல்பைப் பார்க்கத் தவறிவிட்டன.

174. உள்ளத்திலிருந்து வரும் சொற்கள்
இப்படியிரா
போய்விடு.
உன் சொற்களைக் கேட்க எனக்கு நேரமில்லை.
வெற்று உபச்சார வார்த்தைகள் அவை.

175. என்ன துணிச்சல் உனக்கு
கண்ணாளா,
எந்தத் தவறுகளை மன்னிக்கச் சொல்கிறாய்
ஏற்கெனவே செய்தவையா?
இப்போது செய்துகொண்டிருப்பவையா?
அல்லது இனிச் செய்யவிருப்பவையா?

176. நீ அவளை முற்றிலுமாய்க் கொள்ளைகொண்டபிறகுதான்
உன் தவறுகளை அவள் எண்ண ஆரம்பித்தாள்.
விரல்விட்டு எண்ணி இரண்டு கையும் முடிந்ததும்
பாவப்பட்டவள் கடைசியில் அழ ஆரம்பித்தாள்.

177. அதிகாரம் பண்ணுவதைக் கண்டு ஆத்திரப்படுபவனைக்
காலப்போக்கில் சரிசெய்து விடலாம்
அடங்கிப்போவதைக் கண்டு ஆத்திரப்படுபவனை
நான் என்னதான் செய்ய முடியும்?

178. அவனைக்கண்டு முகஞ்சுளிப்பேன்
     அவமதிப்பேன்
     புறக்கணிக்கவும் செய்வேன்
     தோழிமாரே, நீங்கள் சொல்வதெல்லாம் செய்வேன்
     அவனைக் காணச் சந்தர்ப்பம் வராதவரை.

179. என்ன கூத்தடா இது
     அவள் உன்னை வெறுக்க வெறுக்க
     நீ அவளை விரும்புகிறாய் மேன்மேலும்
     இதெல்லாம் எனக்கு நன்கு தெரிந்தும்
     இந்த நாசமாய்ப் போன என் காதலை
     என்ன செய்வதென்று தெரியவில்லை எனக்கு.

180. அவன் சில்மிஷம் புரியும்போது
     கோபம் வருவதில்லை எனக்கு
     துடுக்காய் ஒரு வார்த்தைகூட வருவதில்லை
     இந்த உடலால் முடிவதில்லை எனக்கு
     என் கட்டளைக்குக் கட்டுப்படாது
     கடனிலிருக்கிறது போலும் அது.

181. அவனின்றி வாழ முடியாதெனில்
     அவனோடு ஒத்துப்போவதுதான் நல்லது
     அவன் என்ன தவறு செய்திருந்தாலும்.
     ஊரே தீப்பற்றி எரிந்த பின்னும்
     நெருப்பின்றி வாழ முடியுமா என்ன?

182. பிரிவுத்துயரில் நழுவும் இவள் வளையல்களை
வளையல்காரச் செட்டிகளைப்போல்
அடிக்கடி போட்டுவிடுகிறார்கள் இவள் தோழிமார்
ஒரு கைம்பெண் போல் தோன்றாதிருக்க.

183. ஊடலின் பின் ஒருவரும் விட்டுக்கொடுப்பதில்லை
ஆனால் தூங்குவதுபோல் நடிப்பு
அசைவற்றுக் கிடத்தல்
மூச்சடக்கிக்கொண்டு கவனித்தல்
யார் வெல்லுவார் இந்தப் போரில்?

184. அவன் பெயரைக் கேட்டதும் ஆத்திரத்தில்
முறுக்கிக்கொள்கிறாய்.
அவன் குரலைக் கேட்டாலோ உன் கோபம் உருகிவிடுகிறது.
நேருக்குநேர் பார்த்தால் நடுங்குகிறாய்.
கட்டித் தழுவினாலோ என்னதான் செய்வாய்?

185. அன்பே, உன்மேல் குற்றமில்லை
உன்னை என் இதயத்துள் நுழையவிட்ட
என் அருமை விழிகளின் குற்றமது
பிறகு,
பிணங்கத்தெரியாத என் இதயத்தின் குற்றமது.

186. தாஜா பண்ணுகிற கணவனை
தள்ளிப்போகத்தான் சொல்வோம்
நீண்ட பனிக்கால இராப்பொழுதுகள் மட்டும்
நம் கர்வத்தைக் கரைக்காதிருந்தால்.

187. பாரேன்,
அவள் கணவன் மீது அவள்கொண்ட கோபம்
விரலிடுக்கில் நழுவும் மணல்போல்
ஒரு மெல்லிய பெருமூச்சில் கரைந்து மறைவதை.

188. கர்வம் கொண்ட பெண்ணே,
ஆணவமும் கர்வமும் கொண்ட ஆட்களுக்கு
இவ்வுலகில் இரண்டு வழிகளே காத்திருக்கின்றன:
ஒன்று, அவர்களொரு புதையலைக் காணவேண்டும்.
அல்லது, மீதமுள்ள வாழ்நாளெல்லாம்
காதல் யாத்திரையில் அலைய வேண்டும்.

189. உன் மனைவி விசுவாசத்தோடிருப்பதும்
நாங்கள் எங்கள் கணவன்மார்க்கு விசுவாசமின்றி
இருப்பதும்
அருமையானவனே, இதனால்தான்:
உன்னைப்போல் இன்னோர் இளைஞன்
இங்கெங்கும் இல்லை.

190. சோரம் போகிற பெண் சோறும் நீரும் கொடுத்து
நாயைப் பழக்கியிருக்கிறாள்
காதலனை வாலாட்டி வரவேற்க
கணவன் வருகையில் கண்டு அவனைக் குரைக்க.

191. ஒரு கையில் நழுவுகிற பாவாடையைப் பிடித்தபடி
மறுகையில் கலைந்த கூந்தலைப் பற்றியபடி
நாவிதனைக் கண்டு மிரண்டோடும் சிறுமகனைத்
துரத்திச் செல்லுகிறாள் இல்லத்தரசி.

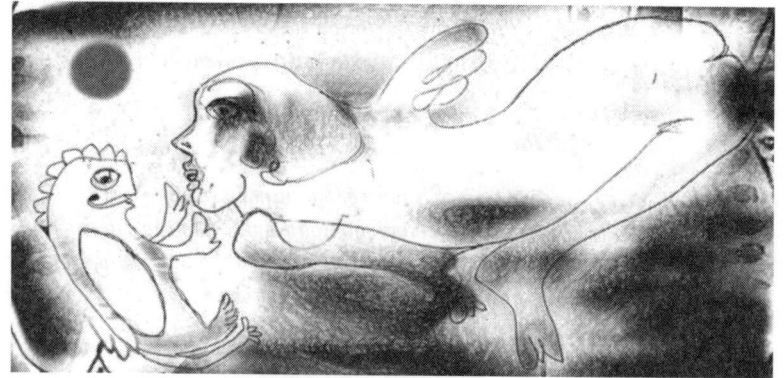

192. தேள் கடித்ததென்று சொல்லி
கணவனின் கண்ணெதிரிலேயே அவள் புத்திசாலித்
தோழிமார்
அவளை அழைத்துச் செல்லுகிறார்கள் கைத்தாங்கலாக
மருத்துவக் கள்ளக்காதலன் வீட்டுக்கு.

193. குழம்பு தீய்ந்துவிட்டது.
பயறு வேகவில்லை
அவனோ போய்விட்டான்
நான் அடைந்து கிடக்கிறேன் இந்த வீட்டில்
எதற்கெடுத்தாலும் ஆத்திரப்படுகிற மாமியாரோடு
பேய்களுக்குப் புல்லாங்குழல் வாசிப்பது போலிருக்கிறது
இது.

194. மாமி,
மாமரம் பூக்கவில்லை
தென்றலும் வீசவில்லை
ஆனாலும், என் இதயத்தின் ஏக்கமோ
வசந்தம் வருவதை அறிவிக்கிறது.

195. அவள் சொன்னாள்:
"மருமகளே,
உன் தலையெல்லாம் நீண்ட மூங்கில் இலைகள்."
நான் சொன்னேன்:
"மாமி,
உங்கள் முதுகெல்லாம் ஒரே வெள்ளை."

196. உதிர்ந்த பூக்களைப் பொறுக்கி எடு
 ஆனால், மல்லிகைச் செடியைக் குலுக்கிவிடாதே (உரக்க)
 உன் மாமனாருக்குக் கேட்டுவிடப்போகிறது
 உன் வளையோசை கணகணப்பது (கிசுகிசுப்பு)

197. ஊர் முழுதும் இளம்பையன்கள்
 வசந்தம்
 இளமை
 வயதான கணவன்
 கடுங்கள்
 இன்னது செய்யென்று சொல்ல யாருமில்லை.
 வழிதவறாதிருக்க ஒரே வழி
 சாவதுதான்.

198. பனிக்கால இராப்பொழுதுகள் நீண்டவை
 உன் கணவனோ பல மாதங்களாய் ஊரிலில்லை
 நன்றாகத்தான் உறங்க வேண்டும் நீ
 பிறகேன் காலை வேளைகளில் தூங்கி வழிகிறாய்?

199. என் பிடியிலிருந்து விடுவிடுத்துக்கொண்டு
 பாதைவழி போனீர்கள்
 ஆனால்,
 என் இதயத்திலிருந்தும்
 விடுபட முடிந்தால்தான் ஒத்துக்கொள்வேன் உங்கள்
 வலிமையை.

200. வெளியில் கும்மிருட்டு.
இன்றுதான் புறப்பட்டார் என் கணவர்.
வீடு வெறிச்சோடிக்கிடக்கிறது.
அண்டைவீட்டாரே, தயவுசெய்து
கவனித்துக்கொள்ளுங்கள்:
திருடுபோய்விடக்கூடாது இங்கு.

201. இளையவள், அழகி
கணவனோ அயல்நாட்டில்
வீட்டிலோ வறுமை
அண்டையிலோ சோரமகளிர்
கற்புக்கரசியென்றா கருதுகிறாய் அவளை இன்னமும்?

202. காலங்கடக்கையில்
நாட்களைக் கணக்கிட்டாள்
முதலில் கைவிரலெண்ணி
பிறகு கால்விரலெண்ணி
அப்புறம் அழுகிறாள்
இனி எதை எண்ணுவதென்று.

203. கணவனைக் கனாக் கண்டு
கண்மூடி அமர்ந்திருக்கட்டும் அவள்
ஏனெனில்,
அவன் வரும்வரை
என்னத்தைக் காணப்போகிறாளவள்
விழிகளைத் திறந்தபடி.

204. இளம் மனைவியின் பிரிவுத்துயர் துடைக்க
காதலர்களின் நெடிய பிரிவுகளை
கதைகதையாகச் சொல்லுகிறார்கள் புத்திசாலித் தோழிமார்
காயங்களைப் பட்டியலிடுகிறார்கள்
கட்டுக்கதைகளும் கட்டுகிறார்கள்.

205. என் காதலர் தூர தேசங்களுக்காகப் புறப்பட்டதும்
என் கண்கள் வீடு திரும்பிவிட்டன
ஆனால், என் இதயமோவெனில்
அவர் போகுமிடமெல்லாம்
அவரோடு சேர்ந்தே செல்லுகிறது.

206. இனிய நிலவே,
வானத்து மகுடத்தின் அணிகலனே
இராப்பொழுதின் முகத்தில் இட்டவொரு எழிற் புள்ளியே
என் அருமையிலும் அருமையான காதலரைத் தொட்ட
அதே கதிர்களால் என்னையும் தொடேன்.

207. என் ஈர விரல்களில் நழுவுகிறது எழுதுகோல்.
"அன்புக்குரிய" என்ற முதற்சொல்லைக்கூட
                           முடிக்கமுடியவில்லை.
தோழி, சொல், மீதிக்கடிதத்தை என்னென்று எழுத?

208. மருத்துவரில்லா இடத்தில் நோயுற்று இருப்பதுபோல்
உறவினர்களிடையே தாம் மிக வறுமையுற்றாற்போல்
எதிரியொருவன் செழித்தோங்குவதைக் காண்பதுபோல்
உன்னைப் பிரிந்த இப்பிரிவு
பொறுக்கமுடியாததாயிருக்கிறது.

209. வருடத்தில் பாதி நாட்கள் இரவுகள் நீளுகின்றன
மீதி நாட்கள் பகல்கள் நீள்கின்றன
பிரிவு எல்லாவற்றையும் குழப்பிவிடுகிறது
ஏனெனில்,
அதன் பகல்களும் இரவுகளும் இரண்டுமே நீளமானவை.

210. நீண்ட வாழ்நாள் வேண்டுமா?
கண்ட கண்ட கஷாயங்ளைத் தேடியலையாதே.
வெறுமனே உன் காதலனைப் பிரிந்துபோகச்சொல்.
யுகங்களாய் நீளும் உன் நாட்கள்.

211. "போய் தூங்கு, மணி மூன்றுக்கு மேலாகிவிட்டது"
அன்புத் தோழிமாரே, ஏனிப்படி உரைக்கிறீர்?
மல்லிகையின் மணம் உறக்கத்தைக் கெடுக்கிறது.
நீங்கள் போய் உறங்குங்களேன்.

212. ஊரார் சொல்கிறார்கள்
இளவேனிற்கால இரவுகள் குறுகியவையென்று.
என் காதலன் இல்லாதபோது
அவை ஏன் இவ்வளவு நீளுகின்றன என்றுதான்
விளங்கவில்லை எனக்கு.

213. புயல் கூரையைப் பிய்ந்துப்போட்டது
உத்திரத்தினூடே பளிச்சிடுகிறது மின்னல்
கணவன் இன்றித் தனியே
கண்ணீரில் அமர்ந்திருக்கும் கையாலாகாத மனைவியை
முகில்களுக்குக் காட்டுவதுபோல்.

214. இறைவாணத்திலிருந்து சொட்டும் நீர்த்துளிகளிலிருந்து
சிறுமகனைக் காக்க வேண்டி
தலையைக்கொண்டு தடுக்கிறாளவள்.
ஆனால்,
பிரிந்துபோன கணவனையெண்ணி
அவள் உகுக்கும் கண்ணீர்
அவனை நனைப்பதை அறியாள் அவள்.

215. கோடுபோட்டுக் கணக்கு வைத்தாள்
என்று இறுதிநாள் வரும் என்றறியாத் தோழிமார்
கமுக்கமாய் அழித்து மறைத்தனர் ஓரிரண்டு கோடுகளை.

216. கணவன் அருகிருக்கிறான்
ஊரெல்லாம் திருவிழாக்கோலம்
எனினும்,
தன் அணிகலன்களை அணிவதற்குத் தாமதிக்கிறாள்
கணவன் இன்னும் திரும்பிவராத
வறுமைப்பட்ட அடுத்தவீட்டுப் பெண்ணின்
சமாதானத்துக்காக.

217. தன்னைப்பற்றி ஏதும் எழுதவில்லை அப்பயணி.
வீட்டிலெல்லாம் எப்படி என்றும் விசாரிக்கவில்லை.
அவனெழுதிய ஓலை முழுதும்
அவன் மனைவியின் பெயர்
ஓயாது திரும்பத்திரும்ப.

218. வயலுக்குப் போகமாட்டேன்
கிளிகள் நெற்கதிர்களையெல்லாம் கவர்ந்துபோனாலும்
போகட்டும்
அங்கே போனால்
நன்கு தெரிந்த ஊருக்கு
நன்கு தெரிந்த பாதையை
விசாரிக்கிறார்கள் பயணிகள்.

219. இது என் மாமியாரின் படுக்கை
இது என்னுடையது
இவை வேலையாட்களினுடையவை
பயணியே,
இரவில் கண் தெரியாமல்
என்னுடையதில் தவறி விழுந்துவிடாதே.

220. இவள்தான் அரைமனசோடு அந்தப் பயணிக்குப்
படுக்கக் கொஞ்சம் வைக்கோல் கொடுத்தாள்
மறுநாள் காலை
அதே வைக்கோலைக் கூட்டிப்பெருக்குகிறாள்
கண்ணீர் சிந்தியபடி.

221. பயணியே,
மீண்டுமொருமுறை உன் மனைவியைக்
காணவேண்டுவாயெனில்
வேறு பாதையில் போ
ஏனெனில்
இந்த நாசமாய்ப்போன ஊரில்
விரக்தியின் உச்சத்தில்
வலையை விரித்துக் காத்திருக்கிறாள்
பண்ணையாரின் மகள்.

222. உடலெல்லாம் மயிர்க்கூச்சம்
நடுங்குகிறான்
பற்களைக் கடித்துக்கொண்டு மூச்சை இழுக்கிறான்
கலவியில் ஈடுபட்டவன் போன்றிருக்கிறான்
இந்தப் பனிக்காலப் பயணி.

223. வசந்தகாலக் காற்று காட்டை அழைக்கிறது
தேனீக்கள் உரக்க ரீங்கரிக்கின்றன
பிரிந்துபோன காதலர்களைப் பாடுகிற
ஆயர்குலப் பெண்ணின் பாட்டு
தனித்து நிற்கிற பயணிக்கு வேதனையூட்டுகிறது.

224. கார்காலம் தொடங்கிவிட்டது
பயணி வீடுநோக்கி விரையத் துடிக்கிறான்
பாதையை மூட்டைகட்டி முதுகிலேற்றுகிறான்
அதை சிறுசிறு துண்டுகளாய் வெட்டியெடுக்கிறான்
பிறகு
அதை ஒரே வாயில் விழுங்கித் தீர்க்கிறான்.

225. முகிலே,
உன் சக்தியெல்லாம் திரட்டி
என் தலைமேல் இடி
ஏனெனில்,
என் இதயமோ இரும்பாலானது.
ஆனால்,
வீட்டிலுள்ள அந்த பாவப்பட்ட பெண்ணை விட்டுவிடு
ஏற்கெனவே கூந்தல் அவிழ்ந்த அவளுக்கு
அது சாவாக முடியும்.

226. குடியானவன் வீட்டுப் பையனென்று நினைத்து
காமம் மீதூர
அவனைக் கட்டித்தழுவினேன்
தொட்டபோதுதான் தெரிந்தது
ஊரெல்லையில் காணும் உறுத்தும் வைக்கோல் நிரம்பிய
வெறும் சோளக்கொல்லை பொம்மைதான் அவனென்று.

227. நாசமாய்ப்போன இந்த ஊரில்
குடியானவன் மகனுக்கு ஒன்றும் புரிவதில்லை
பண்ணையார் மகள் செத்துக்கொண்டிருக்கிறாள்
மருத்துவம் பார்க்க ஆளின்றி.
யாரிடம் போய்ச் சொல்வதிதை?

228. நாளெல்லாம் கடுஞ்சேற்றை உழுது களைத்து
அசந்து உறங்குகிறானவன்.
தவறிப்போன கலவி இன்பத்தின் கடுப்பில்
கார்காலத்தைச் சபிக்கிறாள் அவன் மனைவி.

229. அவன் விதைக்கும்போதே
கைகளில் ஒட்டிக்கொள்கின்றன விதைகள்
கூடிய விரைவில்
இதே களத்தில் கலந்திருப்பேன் அவளை
என்றெண்ணுகையில் வியர்க்கிறது அவன் கை.

230. சோரம் போகிற மனைவி
பருத்திக்காட்டை உழும் முதல்நாளில்
கலப்பைக்குத் திலகமிடுகையில்
நடுங்குகிறது அவள் கை
வேட்கை மீதூர.

231. பார்,
பண்ணையார் மகன் பருத்தியெடுத்து முடித்துவிட்டான்
பாவப்பட்ட அவன் மனைவியோ
வியர்த்து நடுங்குகிற கையால்
வீணே வருடிக்கொண்டிருக்கிறாள் வெற்றுத்தோடுகளை.

232. யாருக்கு வேண்டும் போர்வை?
யாருக்கு வேண்டும் நெருப்பின் கணப்பு?
யாருக்கு வேண்டும் படுக்கையறை?
நெஞ்சை நெருக்கியணைத்துக்கிடக்கும்
வெதுவெதுப்பான முலைகள் கொண்ட
மனைவி அருகிருந்தால்.

233. தண்டல்காரன் மனைவி கொடுத்த
இனிப்புகளில் சுவைகண்டு திளைத்த குடியானவன்
இப்போது
வேறெந்த இனிப்பையும் தொடக்கூட மறுக்கிறான்.

234. தேவர்கள் பாற்கடலைக் கடைகிறார்கள்
அமுதத்தைப் பெற்றுய்ய.
உன் இதழ்களை
இன்னமும் சுவைத்தில்லை போலும் அவர்கள்.

சுந்தர் காளி • பரிமளம் சுந்தர்

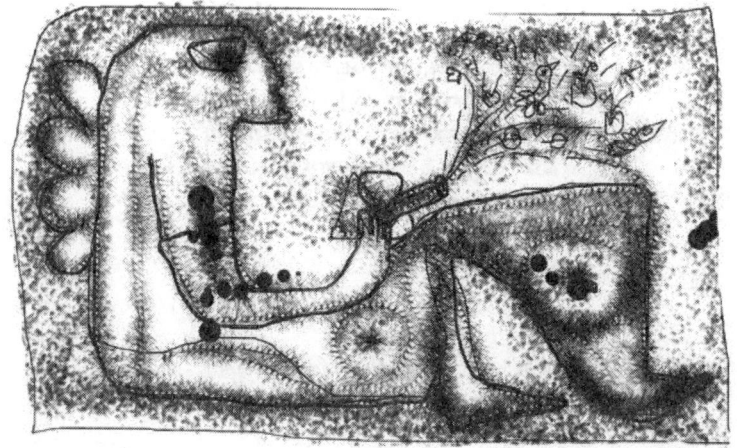

235. தன் காதலனின் அஸ்திச் சாம்பலை
 உடலெல்லாம் ஓயாது பூசுகிறாள் இளம் காபாலிகை.
 வியர்த்து ஒழுகுகிறது அவளுக்கு
 அஸ்தியின் இன்பம்.

236. ஓ தேனீயே,
 மல்லிகையில் தேனெடுக்க
 நீண்டநேரம் கஷ்டப்பட்டு
 அமுக்கவேண்டும்; பிசைய வேண்டும்
 அது தானே மலர்வதில்லை
 இதழ்கள் விரியும் அந்தக் கணத்தில்
 ஊறுகிற புதிய தேனை உண்ணும் விருப்பில்
 மல்லிகை மொட்டை
 இன்னதுதான் செய்யும் என்றில்லை
 தேனீ.

237. ஓ தேனீயே,
 ஒரு கணம் தாமரைகளை வலம் வருகிறாய்
 மறுகணம் தொட்டாச்சுருங்கியைத் தொட்டு நீங்குகிறாய்
 பிறகு மல்லிகையில் மொய்த்துக் கிடக்கிறாய்
 ஒருவேளை
 ஊமத்தம் பூக்கள் மருந்தாகலாம்
 உன் ஓடுகாலித்தன நோய்க்கு.

238. மகளே,
 மல்லிகை மலரைக் காணாதபோது
 அந்தப்பாவப்பட்ட தேனீ என்ன செய்ததென்று தெரியுமா?
 செக்கச்சிவந்த அசோக மலர்களில் போய்விழுந்தது
 தீப்பாய்வதைப்போல்.

239. காய்ந்த மல்லிகைச்செடி வெற்றுக்குச்சிகளாய் நிற்கிறது
தேனீக்களோ முன்பு அதில் மொக்குவிட்ட
மலர்மணத்தின் நினைவில்
அந்தச் செடியையே வலம் வருகின்றன.

240. நீண்ட இமைகள்
பளிச்சிடும் வெண்மை
அழுத்தமான கருப்பு
அழகிய வளைவு
எத்தனையோ பெண்களுக்கு
இதுபோன்ற விழிகளிருக்கலாம்
ஆனால்,
இவளின் அந்த நோக்கு எவளுக்கிருக்கிறது?

241. ஓ அசோக மரமே,
இனி வேறொன்றும் வேண்டுவதில்லை உனக்கு:
இவளின் கைகளுக்கு
உன் இலைகளை ஒப்பிட்டாயிற்று.

242. மகளே, எச்சரிக்கை!
இன்று முழுநிலாநாள்
இன்றிரவு வெளியில் படுத்துறங்காதே
தவறுதலாக
ராகு உன் முகத்தை விழுங்கிவிடப்போகிறான்.

243. ஒவ்வொருமுறை நிலா நிறையும்போதும்
கடவுள்
அதைக் கொண்டுபோய்ப் புதுக்குகிறார்
உன் முகத்துக்கு நிகராக.

244. கட்டிளங்காளையே,
நிலவின் ஒவ்வொரு நிலையையும்
கண்டுகளிக்க வேண்டுமெனில்
அவளது அழகிய முகத்தைப் பார்
தன் மேலாடையை மெல்லமெல்லத்
தன் தலைவழியாய் அவள் கழற்றி எடுக்கையில்.

245. அழகிய பெண்ணே,
துகிலால் உன் முகத்தை மூடாதே.
தொடுவதில் அதிக இன்பம் தருவது எதுவென்று
கதிரவன் தெரிந்து கொள்ளட்டும்:
உன் முகமா
அல்லது அந்தத் தாமரையா.

246. வெள்ளிய தாமரையின் இதழ்களில்
கள்ளுண்ட தேனீக்கள் அசையாது அமர்ந்திருக்கின்றன
கதிரவனின் கதிர்களால் மறக்கப்பட்ட
சிறு கரும்புள்ளிகள் போல்.

247. ஒருகணம்கூட
என் இதயத்திலிருந்து அவளின் இருண்ட இருப்பைத்
தொலைக்கமுடிவதில்லை
ஒவ்வொரு நாளும் ஓயாத, குறையாத அதே வேதனை
ரகசியமாய்ப் புதைத்த பாவத்தால் பீடிக்கப்பட்டதுபோல்.

248. ஓ, காலம்கழிந்துவிட்டது:
அந்த இளைஞன்
உணர்ச்சி கொப்பளிக்கும் கவிதைகளில் களைப்புற்று
இப்போது சட்டம் படிக்கிறான்.
நாங்களோவெனில்
எங்கள் கணவன்மாருக்கு விசுவாசமாய் இருக்கிறோம்.

249. நன்றி உனக்கு குசும்ப முட்செடியே,
உன்னால்
இளம்பெண்கள் மூச்சடக்கக் கற்றுக்கொள்வார்கள்.
முனக
சட்டென்று இழுக்க
வளையல்கள் கணகணக்கும்படி
கைகளை ஆட்டி அசைக்க.

250. "ஊரார் ஆத்திரப்படுவார்கள்."
படட்டும்.
"ஒத்துக்கொள்ளமாட்டார்கள்."
பரவாயில்லை.
வா,
உன் தீட்டை மறந்துவிடு.
உறக்கமில்லையெனக்கு.
அருகிருந்து அணைத்துக்கொள்ளேன்.

251. ஊரார் வேண்டாமென்கிறார்கள்
வீட்டுக்கு நல்லதுமல்ல.
முறைதவறிய விஷயம்.
ஆயினும்,
மாதவிலக்கின்போது ஒரு பெண்ணைக் காண்பதென்பது
என் நெஞ்சில் பெருங்களியூட்டுகிறது.